രാജൻ കരുവാരക്കുണ്ട്

മലപ്പുറം ജില്ലയിലെ കരുവാരകുണ്ട് മുറംകീറിയിൽ ജനനം. പിതാവ്: താളിക്കുളത്ത് നാരായണൻ നായർ. മാതാവ്: പറപ്പത്തൊടി ദേവകിയമ്മ. കൊയ്ത്തക്കുണ്ട് ജി.എൽ.പി.എസ്, കരുവാരകുണ്ട് ജി.എച്ച്.എസ്.എസ്, എം.ഇ.എസ്. മമ്പാട് കോളേജ്, കാലിക്കറ്റ് യൂണിവേഴ്സിറ്റി എന്നിവിടങ്ങളിൽ വിദ്യാഭ്യാസം. മലയാള സാഹിത്യത്തിൽ എം.എ, ബി.എഡ്, സെറ്റ് ബിരുദം. കരുവാരകുണ്ട് ഗവ: ഹൈസ്കൂളിൽ പ്രധാനാധ്യാപകനായി ജോലി ചെയ്യുന്നു.

കൃതികൾ: ആൽമരത്തിലെ ചുടുകാറ്റ്, കാലപ്പകർച്ച, വിനിമയം, അനാമി (നോവൽ), ആരോ ഒരാൾ, മിയാമ, ആഗ്നസ്സിന്റെ പ്രഭാതങ്ങൾ (കഥകൾ), തണൽമരങ്ങൾ, സ്നേഹച്ചെപ്പ്, നക്ഷത്ര കണ്ണുകൾ, ഉത്സവകാലം, കുഞ്ഞുതാരകങ്ങളുടെ ഭൂമി, വെളുത്ത പൂക്കളുടെ അമ്മ, അംബേദ്കർ, ഉണ്ണി, മാവുമുത്തശ്ശന്റെ നിറങ്ങൾ (ബാലസാഹിത്യം), സി. രാധാകൃഷ്ണൻ; ജീവിതവും ദർശനവും (പഠനം, മുഖാമുഖം), നാട്ടുപച്ച, മുദ്രാക്ഷരങ്ങൾ (ദേശചരിത്രം) (ഡോക്യുമെന്ററി)

ദല കൊച്ചുബാവ ചെറുകഥാപുരസ്കാരം, അധ്യാപക കലാസാഹിത്യസമിതി സംസ്ഥാന ചെറുകഥാ പുരസ്കാരം, രചന സുരേന്ദ്രൻ സ്മാരക സംസ്ഥാന ചെറുകഥാ അവാർഡ്, ഭാരതീയ ദളിത് സാഹിത്യ അക്കാദമി ഡോക്ടർ അംബേദ്കർ ദേശീയ പുരസ്കാരം, അധ്യാപക കലാവേദി സംസ്ഥാന ബാലസാഹിത്യ പുരസ്കാരം, പ്രൊഫ. ജോസഫ് മുണ്ടശ്ശേരി സ്മാരക സാഹിത്യ അവാർഡ് (കേരള സർക്കാർ) തുടങ്ങിയ പുരസ്കാരങ്ങൾക്കർഹനായി.

ഭാര്യ: മിനി കെ.എൽ., മക്കൾ: നിധിൻരാജ്, അപർണ്ണരാജ്
വിലാസം: സൗപർണ്ണിക വീട്, കുട്ടത്തി പി.ഒ., കരുവാരകുണ്ട്,
മലപ്പുറം ജില്ല - 676 523, ഫോൺ: 9446880575
ഇമെയിൽ: rajankaruvarakundu@gmail.com

Malayalam Language
Mavumuthassante Nirangal
(Children's Literature)
by
Rajan Karuvarakkundu

♦

Published in December 2021
by Kairali Books Private Limited
Thalikkavu Road, Kannur.
Ph : 0497-2761200
E-Mail : kairalibooksknr@gmail.com

♦

Illustrations
Smitha K.E

♦

Cover Design
Prasanth Mangad

81/21-22/Sl.No.1272/500/NS 18.6
ISBN. 978-93-88087-75-9

മാവുമുത്തശ്ശന്റെ നിറങ്ങൾ

രാജൻ കരുവാരക്കുണ്ട്

കൈരളി ബുക്സ്

ഒന്ന്

എന്റമ്മോ!

തേവരേ...

എന്നെക്കൊണ്ടിനി ഒരടി നടക്കാൻ വയ്യേ...

"മിണ്ടാണ്ടിരി ചെക്കാ'. പൊള്ളുന്ന വെയിലിൽ അമ്മ അവന്റെ കൈപിടിച്ചു. വിയർത്തൊലിച്ച ദേഹത്തോടു ചേർത്തുനിർത്തി.

ഈ മരച്ചോട്ടിൽ ഇത്തിരി തണുപ്പുണ്ട് മണിയാ.

കുറച്ചുനേരം ഇബടിരിക്ക്യാ. ചൂട് കുറവുണ്ട്. തെല്ലാശ്വാസം തോന്നുന്നു. ഈ ഒറ്റമരമല്ലാതെ ഒരു പച്ചപ്പും എവിടേയും ഇല്ലല്ലോ. നിരനിരയായി വാർപ്പിന്റെ കെട്ടിടങ്ങൾ. ചതുരപ്പെട്ടികൾ നിരത്തിയതുപോലെ.

"അമ്മ ഇവിടെരുന്നോ. ഈ കാണുന്ന വീടുകളിലൊക്കെ ഞാൻ കയറി ഇറങ്ങിവരാം."

"വേണ്ട മണിയാ, നീയ്യ് ഒറ്റക്ക് പോവാനായിട്ടില്ല. കുറച്ചുനേരം കൂടി ഈ മരച്ചോട്ടിലിരിക്കാം. വെയിലൊന്ന് ആറട്ടെ."

ഉച്ച തക്കം നോക്കി മാവിലകളെ ഇളക്കിമറിച്ച് കാറ്റുവീശി. കാറ്റിന് കനത്ത ചൂടാണ്. കാറ്റിനൊപ്പം കിളികൾ ചില്ലകളിൽനിന്നു ചില്ലകളിലേക്ക് പകർന്നാടി.

മാമ്പൂവുകൾ കണ്ണടച്ച് നിലത്തുതിർന്നു.

"ഹായ്, എന്തു മണം! എന്താമ്മാ ഇത്?"

"മാമ്പൂവ്."

"മാമ്പൂവോ?"

"കുട്ട്യേ, ഈ മരത്തിന്റെ പൂവാ. ഇതു വിരിഞ്ഞ് പൂവായി നല്ല കണ്ണിമാങ്ങകളുണ്ടാവും. കണ്ണിമാങ്ങ വളർന്ന് മൂത്തു ചിനച്ച് നല്ല മാമ്പഴമാവും."

"ചെറിയ കുട്ട്യാവുമ്പോ അച്ഛൻ മാമ്പഴം കൊണ്ടു വന്നിരുന്നില്ല്യേ."

"ഇയ്ക്കോർമല്യ. ഇയ്ക്കു വിശക്കുണുണ്ട്ട്ടോ."

"ഈ മാമ്പഴം പഴുത്തു കിട്ടാൻ കുറേ നേരം പിടിക്യോ."

"ന്റെ മണിയാ അന്നോടു പറഞ്ഞുപറഞ്ഞ് തോറ്റു."

പൂവ് വിരിഞ്ഞ് ഉണ്ണിമാങ്ങയും കണ്ണിമാങ്ങയും മാമ്പഴവുമൊക്കെ പെട്ടന്നങ്ങട്ട് ആവില്യ. കൊറച്ചീസം പിടിക്കും."

എനിക്ക് വിശന്നിട്ടു വയ്യല്ലോ."

ഈ കുട്ടിച്ചാക്കൊന്നു തുറക്കട്ടെ. മണിയൻ കാൽച്ചുവട്ടിൽ ഒതുക്കിവെച്ച കുട്ടിച്ചാക്ക് കെട്ടഴിച്ച് ചെരിഞ്ഞു. നിറം മങ്ങിയ പഴയ കളിപ്പാട്ടങ്ങൾ. പ്ലാസ്റ്റിക് കുപ്പികൾ, വക്കു പൊട്ടിയ പ്ലേറ്റുകൾ, പഴകി ദ്രവിച്ച മറ്റു സാധനങ്ങൾ എല്ലാം കൂടി കിലുകില ശബ്ദത്തോടെയാണ് നിലത്തു പരന്നത്. ചിലതൊക്കെ അവന്റെ കാലിൻചുവട്ടിൽ ഉരുണ്ടുവന്നു. അവൻ ഓരോന്നായി പരതിക്കൊണ്ടിരിക്കുമ്പോൾ അമ്മ പറഞ്ഞു.

"മണിയാ, എനിക്കൊന്നും കിട്ടീട്ടില്ല."

"എന്നാലും ഞാനൊന്നു തെരയട്ടെ അമ്മാ."

ഒരുഭാഗം കാർന്നെടുത്ത് നിറം മങ്ങിയ തേങ്ങാമുറി എടുത്തു. ആർത്തിയോടെ കടിച്ചുകാർന്നു. ഒരു കഷണംപോലും കിട്ടുന്നില്ല. ദേഷ്യം സഹിക്കാതെ അവൻ തേങ്ങാമുറി മാവിൻമുകളിലേക്ക് എറിഞ്ഞു.

പടർന്നു പന്തലിച്ച മാവിൻ മുകളിൽ കാക്കകൾ കരഞ്ഞു.

അവ മാവിൻ പൂക്കൾ കൊത്തിയറുത്തിട്ടു. പൂവുകൾക്കൊപ്പം പഴുത്ത മാമ്പഴംപോലെ എന്തോ ഒന്ന് നിലംപതിച്ചു. മണിയൻ അത് ഓടിച്ചെന്നെടുത്തു.

"ഇത് തിന്നാൻ പറ്റ്വോ അമ്മാ."

"അത് കാക്ക കൊത്തിക്കൊണ്ടു വന്നതാവും."

"മാവുമുത്തശ്ശൻ തന്നതാണെങ്കിലോ?"

"അല്ലെടാ, ഇത് ഏതോ വീടിന്റെ അടുക്കളഭാഗത്തുനിന്ന് കാക്ക കൊത്തിക്കൊണ്ടുവന്ന കൊഴക്കട്ടയാണ്. അല്ലാതെ മാവുമുത്തശ്ശന് ജീവനില്ലാന്നറിഞ്ഞുകൂടെ?"

"അയ്യേ, ഈ അമ്മക്ക് ഒന്നും അറിഞ്ഞുകൂടാ. ജീവനുള്ള തോണ്ടല്ലേ മാവു മുത്തശ്ശൻ പൂത്ത് വിരിഞ്ഞ് ഉണ്ണിമാങ്ങയും മാമ്പഴവുമൊക്കെ തരുന്നത്."

"കൊഴക്കട്ട തര്വോ?"

"ചെലപ്പോ നമ്മുടെ കഷ്ടപ്പാട് കണ്ട് ദൈവം തോന്നിച്ചാലോ?"

"പിന്നെ, അതിന് ബുദ്ധിണ്ടോ?"

"ബുദ്ധിണ്ട്, സ്നേഹോണ്ട്."

"പ്രാന്ത് പറയല്ലേ മണിയാ."

"അതോണ്ടല്ലേ മുഴുവൻ നേരം വെയിലുകൊണ്ട് നമുക്ക് തണലുതന്ന് ചൂടകറ്റുന്നത്."

"നല്ല സ്നേഹള്ളതോണ്ടന്നേ!"

അവരുടെ സംഭാഷണം മുറിഞ്ഞു. തൊട്ടപ്പുറത്ത് വലിയ ആരവങ്ങളോടെ യൂണിഫോം ധരിച്ച കൊച്ചുകുട്ടികൾ മതിലിനരികിൽ വന്നു. അവരുടെ കണ്ണുകളിൽ സന്തോഷം മാത്രമേയുള്ളൂ. മണിയൻ കൗതുകത്തോടെ മതിലിനപ്പുറത്തേക്ക് നോക്കിനിന്നു.

"അമ്മാ, ഒക്കെ എന്റെ പ്രായക്കാരാ."

"അതേ കുഞ്ഞാ"

"എനിക്കും അക്കൂട്ടത്തിൽ കൂടാൻ പറ്റ്വോ?"

“മിണ്ടാണ്ടിരുന്നോ, വയറിന്റെ കത്തലടക്കാൻ എന്താ ചെയ്യ്യാന്ന് നോക്കുമ്പഴാ നിന്റെ ഒരു...”

അമ്മ കെറുവിച്ചു സങ്കടപ്പെട്ടു. അമ്മ എന്തു പറഞ്ഞാലും അങ്ങനെയാണ്. ഒന്നും പറഞ്ഞിട്ട് കാര്യമില്ല.

“മണിയ, കുഞ്ഞേ അങ്ങട് നോക്കണ്ടേ. ആ ചോരിന്റെ അരൂല് ഒരു പൈപ്പ് കാണുന്നുണ്ട്. പച്ചവെള്ളം കുടിക്കാം. കണ്ണും മോറും കഴുകി ക്ഷീണം മാറ്റാം.”

മണിയൻ പഴയ സാധനങ്ങൾ ഓരോന്നായി ചാക്കിലേക്ക് പെറുക്കിയിട്ട് തല ചാക്കുനൂലുകൊണ്ട് വരിഞ്ഞു മുറുക്കി കെട്ടി. അമ്മ വലിയ ചാക്കും മണിയൻ കുട്ടിച്ചാക്കും തോളി ലെടുത്തുവെച്ച് പതുക്കെ നടന്നു.

സ്കൂൾ കുട്ടികളുടെ ആരവങ്ങളിലേക്ക് അവന്റെ കണ്ണു കൾ വഴങ്ങി. ശബ്ദം നിശ്ചലമായി. അവന്റെ മൗനത്തിൽ കലിപൂണ്ട് അവർ പറഞ്ഞു.

“ഉറക്കെ വിളിക്കെടാ, അരിക്കാശിന് എന്തെങ്കിലും മോന്തി യാമ്പഴക്ക് തടയണ്ടേ?”

അവൻ നിറകണ്ണുകളോടെ വലതു കൈയുയർത്തിപ്പിടിച്ച് മുദ്രാവാക്യം വിളിക്കുംപോലെ വിളിച്ചുപറഞ്ഞു.

“ഏയ്... പഴയ പാത്രങ്ങൾ, കുപ്പികൾ കടലാസുകൾ... എടു ക്കാനുണ്ടോ?”

“ഏയ് പഴയ സാധനങ്ങൾ ഓട്ടുപാത്രങ്ങൾ... കുപ്പികൾ... എടുക്കാനുണ്ടോ?”

അവൻ ഉച്ചത്തിൽ വിളിച്ചു. ശബ്ദംകേട്ട് സ്കൂൾകുട്ടികൾ കൗതുകത്തോടെ അവനെ നോക്കി. ചിലർ കൈകൊട്ടിച്ചി രിച്ചു.

കുട്ടികൾ പരിഹസിച്ചു.

മണിയന് തൊണ്ട ഇടറി. വാക്കുകൾ തടഞ്ഞു.

“അമ്മാ”

“എന്താ ചെക്കാ?”

‘ഈ ഹലാക്കിന്റെ പെരേന്റെ പടിക്കലൊന്ന് ചെന്നു നോക്കട്ടെ. ചെലപ്പോ പഴയ ഉപേക്ഷിച്ച ഭക്ഷണപ്പൊതിയെങ്കിലും കിട്ടും.’

അവൻ വീട്ടിന്റെ മുൻവശ്ത് ഗേറ്റിനരികിൽ പിടിച്ചുനിന്നു.

വല്ലാത്ത തളർച്ച. തൊണ്ടയിൽ വെള്ളം വറ്റി. പരിസരത്തൊന്നും ആരും ഇല്ല. മണിയൻ ഉറക്കെ വിളിച്ചുപറഞ്ഞു.

“ഏയ് പഴയ സാധനങ്ങൾ, പൊട്ടിയ കോപ്പ, ബക്കറ്റ്... കൊടുക്കാനുണ്ടോ?...”

പടിപ്പുരയിൽനിന്നാലും അകത്തെ വിവരമൊന്നും ഇല്ല. സെക്യൂരിറ്റിക്കാരൻ ഒരു ഭാഗത്തിരിപ്പുണ്ട്. അയാൾ പാതിമയക്കത്തിലാണ്. ഒന്നും അറിയുന്നില്ല.

മണിയൻ തോളിൽനിന്ന് കുട്ടിച്ചാക്കെടുത്ത് താഴെ വെച്ച് പടിപ്പുരയുടെ വലിയ വാതിലിനു ചാരിനിന്നു. ഗോപുരം പോലെയുള്ള പടിപ്പുരയുടെ അടുത്ത് അമ്മയും ചാക്കു ചുമന്ന് കിതപ്പാറാതെ നിന്നു.

കുറച്ചു സമയമായി. അകത്തേക്ക് ആരും പോയില്ല.

പുറത്തേക്ക് ആരും വന്നില്ല. മണിയൻ മൂന്നുതവണ ഉച്ചത്തിൽ വിളിച്ചുപറഞ്ഞു.

“ഇവർക്കൊന്നും കേൾവിയില്ലേ?”

പൊടുന്നനെ അവരെ അമ്പരപ്പിച്ചുകണ്ട് പടിപ്പുര വാതിൽ തുറന്നു. ഒക്കെ റിമോട്ട് സംവിധാനത്തിലാണ്. മൈതാനം പോലുള്ള പച്ച വിരിച്ച മുറ്റത്തുനിന്ന് ഒരു തുറന്ന വാഹനം പുറത്തുവന്നു. അതിൽ നിറയെ ഉപയോഗിച്ച പ്ലേറ്റുകളും പാത്രങ്ങളുമാണ്. നിറയെ ഭക്ഷണത്തിന്റെ അവശിഷ്ടങ്ങളുമുണ്ട്. വാഹനം പതുക്കെ ഉരുണ്ട് പടിപ്പുര കടന്നപ്പോൾ ബിരിയാണിയുടെയും നെയ്ച്ചോറിൻരെയും രൂക്ഷഗന്ധം മണിയന്റെ മൂക്കിൽ തുളച്ചുകയറി. വിശപ്പിന്റെ കത്തിക്കാളൽ സഹിക്കവയ്യാതെ അവൻ പറഞ്ഞു.

“അമ്മാ... ആ വാഹനത്തിന് പിറകെ ഓടാം.”

“എന്തിന്?”

“അത് എവിടെയെങ്കിലും നിർത്തും. പഴയ കുറേ ബിരിയാണിയും നെയ്ച്ചോറും അതിലുണ്ട്.”

“പ്ലീസ് അമ്മാ... അത് ഏതെങ്കിലും ഓടയിൽ കൊണ്ടുപോയി തട്ടും മുമ്പ്...”

“എടാ ചെക്കാ, അതൊരു മാലിന്യ വണ്ടിയാ.”

“എന്നാ നമുക്കും അങ്ങോട്ടു പോവാം, വിശന്നിട്ടു വയ്യാ...”

മണിയൻ വാഹനത്തിനു പിറകെ ഓടാൻ തുടങ്ങി.

“മണിയാ, മണിയാ, ഇയ്ക്ക് വയ്യാട്ടോ നിന്റെ മാതിരി ഓടാൻ ഇയ്ക്ക് വയ്യാട്ടോ മണിയാ.” അവരുടെ മെലിഞ്ഞൊട്ടിയ ദേഹം തളർന്നു. നെഞ്ചിൽ കിതപ്പ് കൂടി.

“ഒന്ന് നിക്കടാ വിടെ...”

അവരുടെ വാക്കുകൾക്ക് കാതോർക്കാതെ പടിപ്പുരവാതിൽ വലിയ സംഗീതം പൊഴിച്ച് അടഞ്ഞു.

രണ്ട്

കവലയിൽ പൊട്ടിയൊലിച്ച ഓടകൾക്കടുത്തെ സിമന്റുതറയിൽ അമ്മയും മണിയനും ഒത്തുകൂടി. വേസ്റ്റുകൾ കൊണ്ടുവന്നു തള്ളുന്ന വാഹനത്തിൽ നിന്ന് അവന്റെ കത്തലടങ്ങാനുള്ളതു കിട്ടിയ സന്തോഷത്തിലാണ്. ഉച്ചവെയിലിൽ തിളച്ചുമറിയുന്ന കറുത്ത പാതയിലൂടെ, വൻമതിലുകൾക്കരികിലൂടെ വറ്റിയ പുഴവക്കിലൂടെ അവർ നടന്നു.

ചില വീടുകളിൽനിന്നൊക്കെ പഴയ സാധനങ്ങൾ കിട്ടി. ചില വീടുകളിൽ നിന്ന് ആട്ടിയോടിച്ചു. ചില വീടുകളുടെ പടിപ്പുരകൾ തുറന്നതേയില്ല.

ചിലരുടെ കണ്ണുകൾ അവരെ കൊത്തിയെടുത്തു.

"അമ്മാ."

"എന്താ ചെക്കാ."

"ഇത്തിരി വെള്ളം കിട്ട്വോ?'

"ആ കാണുന്നു പൊതു ടാപ്പ്.'

മണിയൻ കുട്ടിച്ചാക്ക് താഴെവെച്ച് ടാപ്പ് തിരിച്ചു. ടാപ്പിൽനിന്ന് മുത്തശ്ശൻ ശ്വാസം വലിക്കുംപോലത്തെ ശബ്ദം മാത്രം.

"ഇതിലൊക്കെ എന്നു വെള്ളം വന്നതാണാവോ?"

"എന്റെ കൈയിൽ ഇരുപതു രൂപയുണ്ട്. ഞാൻ കുപ്പിവെള്ളം വാങ്ങട്ടെ."

"ഒരു ചാക്ക് പഴയ സാധനങ്ങൾ വാങ്ങാനുള്ള കാശുണ്ട്. അതുകൊണ്ട് വെള്ളം കുടിച്ചാൽ പിന്നെ എന്താ ചെയ്യാ."

"എന്നാൽ പിന്നെ മതി."

തളരുമ്പോൾ ഇരുന്നും പിന്നെ നടന്നും പഴയ സാധനങ്ങൾക്ക് വേണ്ടി ഉറക്കെ വിളിച്ചു പറഞ്ഞും അവരുടെ പകൽ എരിഞ്ഞുതീർന്നു.

പകലിനേക്കാൾ പേടിയാണ് മണിയന് രാത്രിയെ. രാത്രി എത്രയോ ദിവസം പേടിച്ചു കരഞ്ഞിട്ടുണ്ട്. ദയ ഇല്ലാത്തവരായി ആളുകൾ മാറുന്നത് രാത്രിയിലാണ്. ഇരുട്ട് അരിച്ചെത്തുന്നത് അവൻ ഭീതിയോടെ നോക്കിനിൽക്കാറുണ്ട്.

കുട്ടിച്ചാക്കിൽ നിറച്ച് പഴയ സാധനങ്ങളാണ്. കൂടുതലും പഴയ ചെരിപ്പുകൾ. എവിടെയൊക്കെ നടന്നു കണ്ടതാണാവോ. അമ്മയ്ക്ക് അധികമൊന്നും കിട്ടിയില്ല.

അൽപം ദൂരം കൂടി ചെന്നാൽ പഴയത് എടുക്കുന്ന സുധാകരേട്ടന്റെ പീടികയിലെത്താം. അവരെ പ്രതീക്ഷിച്ചെന്ന പോലെയാണ് അയാളുടെ നിൽപ്പ്.

“ഇന്നെന്തേ, ലക്ഷ്മീ വൈകിയേ?”

“കാര്യമായിട്ടൊന്നും തടഞ്ഞില്ല.”

അവർ ചാക്ക് കെട്ടഴിച്ച് ചെരിഞ്ഞു. സുധാകരേട്ടന്റെ വട്ടപ്പാത്രത്തിൽ എത്ര നിറച്ചാലും നിറയില്ല. ഒന്നു തൂക്കി നോക്കുക പോലും ചെയ്യാതെ സുമാർ തൂക്കം പറഞ്ഞ് സുധാകരേട്ടൻ പഴയ സാധനങ്ങളുടെ കൂമ്പാരത്തിലേക്ക് എടുത്ത് ഒരു ഏറ് കൊടുത്തു.

ദുർഗന്ധം പരത്തുന്ന പഴയ സാധനങ്ങളുടെ കൂമ്പാരത്തിനുള്ളിൽ വാറുപൊട്ടിയ ചെരിപ്പുകളും പൊട്ടിയ കപ്പുകളും മറഞ്ഞുകിടന്നു. ഒന്നും തിരിച്ചറിയാനാവാത്തതുപോലെ.

കഴുത്തുവെട്ടിച്ച് കൊമ്പൻ മീശ പിരിച്ച് കുടവയറിൽ തൊട്ടുഴിഞ്ഞ് സുധാകരേട്ടൻ മേശവലിപ്പ് തുറന്നു. ഒന്നാലോചിച്ച് അമ്മയെ നോക്കി കണ്ണിറുക്കി മൂന്നു പത്തിന്റെ നോട്ടു കടുത്തു.

“നല്ല ആളാ, നൂറുറുപ്യന്റെ സാധനാ തന്നത്.”

“തെന്നേ”

"ഇപ്പോ ചില്ലറല്ല. അന്നോടു ഞാൻ പറയാറില്ലേ പഴയ സാധനങ്ങൾ കായി കൊടുക്കാതെ പെറുക്കിയെടുത്ത് കൊണ്ടുവന്നാ മതീന്ന്. ഇന്നാ ഒരു പത്തും കൂടി. ബാക്കി പിന്നെ കണക്കാക്കാ. ഞങ്ങളുമായിട്ടുള്ള ബന്ധം ഒരീസം കൊണ്ട് മുറിക്കാൻ പറ്റുലല്ലോ."

"അമ്മാ"

"എന്താ ചെക്കാ?"

"പോരിങ്ങള്."

അയാൾ മണിയനെ തറപ്പിച്ചൊന്നു നോക്കി. ചെക്കൻ വക തിരിവുള്ളോനാണെന്ന് അടക്കം പറഞ്ഞു. പഴയ സാധനങ്ങൾ എണ്ണിപ്പെറുക്കി തിട്ടപ്പെടുത്തിക്കൊണ്ടിരുന്നു.

സയാഹ്നത്തിലൂടെ നടന്നുപോകുമ്പോൾ വഴിയരികിൽനിന്ന് കിട്ടിയ ഉണങ്ങിയ തെങ്ങിൻപട്ടയിൽനിന്ന് ഓല മുറിച്ചെടുത്ത് അമ്മ പറഞ്ഞു:

"രാത്രിക്ക് എന്തേലും ണ്ടാക്കണ്ടെ! ഒരു വെറകു കൊള്ളില്യ."

"കുറച്ച് അരിയും ഉപ്പും മുളകും അവിടണ്ട്."

"തീ കൂട്ടണ്ടെ"

"അന്തിയാവ്വോളം നടന്നിട്ട് ഒരു കിലോ അരി വാങ്ങാനുള്ള കാശുണ്ടായില്ലല്ലേ..."

"ഒരാളും ഒരുപിടി പറ്റും തന്നില്ല!"

"സാരല്ല, അമ്മ നേർത്തെ കഞ്ഞിവെച്ച് തരും. ആർക്കും ആരെയും വിശ്വാസമില്ലാത്ത കാലമാണ്. നാടുമുഴുവൻ വൻ മതിലുകളും കാവൽ പട്ടികളും, കാവൽക്കാരും നിറഞ്ഞ കാലം. എന്താ ചെയ്യ്യാ."

മണിയന് അമ്മയുടെ വാക്കുകളൊന്നും മനസ്സിലായില്ല. വിശപ്പു മാറ്റാൻ എന്തെങ്കിലും കിട്ടണം. അതു മാത്രമാണ് അവന്റെ ഏറ്റവും വലിയ ആഗ്രഹം.

ഇരുട്ടു പരന്നുതുടങ്ങി. ആകാശത്ത് നക്ഷത്രങ്ങൾ കണ്ണു

മിഴിച്ചു. നാട്ടുവെളിച്ചത്തിലൂടെ മണിയൻ അമ്മയുടെ കൈപിടിച്ചുനടന്ന് വീട്ടിലെത്തിയപ്പോൾ മുത്തശ്ശൻ പുറത്തുതന്നെ കാത്തിരിപ്പാണ്.

കോയാമുഹാജിയുടെ ചായപ്പീടികയുടെ പിറകുവശത്തെ ചായിപ്പിലാണ് അവരുടെ താമസം. വെക്കാനും കഴിക്കാനും കിടക്കാനും എല്ലാംകൂടി ഒരു ഷെഡ്. വെളിക്കിരിക്കണമെങ്കിൽ നേരം പുലരുംമുമ്പ് പുഴമ്പാലിയിലേക്ക് പോകണം. ഇരുട്ടിന്റെയും പൊന്തക്കാടിന്റെയും മറവിൽ എല്ലാം സാധിച്ചെടുക്കുന്ന പണി ശീലമായി.

പാടിയിൽ താമസിക്കുമ്പോൾ ഇങ്ങനെയുള്ള പ്രയാസങ്ങളൊന്നും ഉണ്ടായിരുന്നില്ല. സ്കൂൾ കുറേ ദൂരത്തായതുകൊണ്ട് മൊതലാളിയുടെ ബാബുവും റൈറ്റർമാരുടെ സജീവനും ജോസഫും മാത്രമേ അങ്ങോട്ടു പോയിരുന്നുള്ളൂ. ബാക്കിയുള്ള കുട്ടികളെല്ലാം കൂടി പാടിയിൽ ഒരു മേളമ്പമായിരുന്നു. ഹായ് പാട്ടും കളിയും ചിലപ്പോൾ തല്ലുകൂടലും കുളക്കോഴിയുടെ മുട്ട അന്വേഷിച്ച് തേയില തോട്ടത്തിലൂടെ മേലോട്ടു കയറിപ്പോകുന്നതും എന്തു രസത്തിലായിരുന്നു.

എന്തിനാണ് അവിടെനിന്ന് മുത്തശ്ശനെയും അമ്മയേയും ശകാരിച്ച് ഇറക്കിവിട്ടതെന്ന് മണിയനറിഞ്ഞുകൂടാ. എത്ര ചോദിച്ചതാ അമ്മയോട്?

ഞങ്ങളോടൊപ്പം കുറേപ്പേർ പാടിയിൽനിന്ന് ഇറക്കിവിട്ടവരിൽപ്പെട്ടു. മുത്തുരാമൻ പറഞ്ഞത് എല്ലാവരെയും പിരിച്ചുവിട്ടതാണെന്നാ. തോട്ടം മറ്റാർക്കോ വിറ്റത്രേ!

അന്ന് പാടിയിൽ മണിയനോടൊപ്പം ഊണിലും ഉറക്കത്തിലും പുള്ളിപ്പൂച്ചയും മാളുവെന്ന ആട്ടിൻകുട്ടിയും കിന്നരിച്ച് ചിരിച്ച് വളർന്നതാ.

സങ്കടായി മാളു പോയപ്പോ. ഒരു പരിചയവുമില്ലാത്ത മുതുകത്തു കൂനുള്ള ഒരാളാ മാളൂനെ കയറൂരി കൊണ്ടുപോയത്. പുള്ളിപ്പൂച്ചയെ വീടുവിട്ടു പോരുമ്പോൾ പലയിടത്തും

ഉപേക്ഷിക്കാൻ നോക്കിയതാ.

ചില വീടിന്റെ മതിലിനു മുകളിൽ വെച്ചുനോക്കി. അവളാ സുഖമൊന്നും വേണ്ടെന്നു വെച്ചാവും കൂടെ പോന്നത്.

പാടിയിൽ നിന്നിറങ്ങിപ്പോരുമ്പോൾ ആകെ രണ്ടു ഭാണ്ഡക്കെട്ടുകളാണ് ഉണ്ടായിരുന്നത്. ഒന്ന് മുത്തശ്ശൻ തലയിൽവെച്ചും മറ്റേത് അമ്മ തോളിലും വെച്ച് നടന്നു.

"ഞങ്ങളു വന്നു പൊന്നേ, എന്താ ഒരു ഉഷാറില്ലാത്തത്?" പുള്ളിപ്പൂച്ചയുടെ കണ്ണുകളിലേക്ക് നോക്കി മണിയൻ ചോദിച്ചു. "നമുക്കിന്ന് ആന കളിക്കണം. ഞാൻ ആനയായി മുട്ടുകുത്തിയിരിക്കും. നീ എന്റെ പുറത്തു കയറി ഇരിക്കണം ട്ടോ."

പുള്ളിക്കുറിഞ്ഞിയുടെ മുഖത്ത് അപ്പോഴും ഒരു വിഷാദം മാത്രം.

"എന്തേ പൊന്നൂ; മുത്തച്ഛൻ തിന്നാൻ ഒന്നും തന്നില്ലേ കുട്ടിക്ക്!"

കത്തിച്ചുവെച്ച താമ്പാള വിളക്കിന്റെ വെളിച്ചത്തിൽ മുത്തച്ഛന്റെ കണ്ണുകളിലെ വിഷാദം അവൻ തിരിച്ചറിഞ്ഞു.

വിളക്കിന്റെ തിരി നീട്ടി. ഷെഡ്ഡിനുള്ളിൽ വെളിച്ചത്തിന് തെളിച്ചം കൂടി.

"മണിയാ, കുഞ്ഞോ്വാ. വെളക്കിന്റെ തിരി നീട്ടല്ലട്ടോ."

"എന്താ മുത്തച്ഛാ."

"മണ്ണെണ്ണക്കുപ്പി വറ്റി. ഒരു തുള്ളി നാട്ടിൽ കിട്ടാനില്ല്യ. കരിഞ്ചന്തേല് വാങ്ങാനുള്ള പണമൊന്നും നമുക്ക് ഇല്ല്യാട്ടോ." മുത്തച്ഛൻ വിളക്കിന്റെ തിരി താഴ്ത്തിയിട്ടു പറഞ്ഞു.

"ഇമ്മക്ക് ഇത്ര വെളിച്ചം മതി."

രാത്രിയുടെ പേടി മാറ്റാൻ മണിയൻ പുള്ളിക്കുറിഞ്ഞിയെ മടിയിലിരുത്തി കിന്നരിച്ചു.

അവളുടെ ദേഹത്തു തലോടിക്കൊണ്ടിരുന്നു. അവരുടെ കിന്നാരത്തിലേക്ക് തണുത്ത കാറ്റുവന്നു. ഇലകളുടെ മർമരം. പച്ചിലകൾ കാറ്റത്ത് പുള്ളിക്കുറിഞ്ഞിയുടെ കിന്നാരം കേട്ട് ഉറങ്ങാൻ തുടങ്ങി.

മൂന്ന്

കോയമുഹാജിയുടെ പീടികയുടെ ഷട്ടർ വലിയ ശബ്ദത്തോടെ താഴ്ന്നു. പുറത്തെ ലൈറ്റിട്ട് പീടികക്കാരൻ സൈത് തുണിസഞ്ചി നിറച്ച് സാധനങ്ങളുമായി പുറത്തിറങ്ങുന്നത് കാത്തിരിക്കുകയാണ് മണിയൻ.

ചിലപ്പോൾ ഒന്നോ രണ്ടോ നെയ്യപ്പം, പരിപ്പുവട, അങ്ങനെ എന്തെങ്കിലും ആ സഞ്ചിയിലുണ്ടാവും. അയാൾ പുറത്തിറങ്ങിയപ്പോൾ നിലാവിന്റെ നേർത്ത വെളിച്ചം പ്ലാവിലകൾക്കിടയിലൂടെ നിലത്തുതിർന്നു.

മണിയൻ പുള്ളിക്കുറിഞ്ഞി പൂച്ചയെ കളിപ്പിച്ച് കോലായിൽ ഇരിക്കുകയാണ്. അവൻ പൂച്ചയെ എടുത്ത് ഒക്കത്തുവെച്ച് നിലാവത്തേക്കിറങ്ങി. പൂച്ചയുടെ കരച്ചിൽ കേട്ട് സൈത് അതിനെ താഴെ വെക്കാൻ പറഞ്ഞത് അവനത്ര പിടിച്ചില്ല. മനമില്ലാ മനസ്സോടെ അവൻ കുറിഞ്ഞിയെ കാൽച്ചോട്ടിൽ വെച്ചിട്ട് അയാളുടെ അടുത്തേക്ക് ചെന്നു.

“ഏടുത്തു അന്റെ അമ്മ.”

“അമ്മാ, സൈത്ക്കാ”

“ഏടുത്തു കുമാരൻ?”

“ഓല് കൊക്കിക്കൊരച്ച് കെടന്ന ക്ക്ണി, ഒരു സുഖല്ലായ്മണ്ട്.”

“ഇത, ഇത് എടുത്തോളി.”

അയാൾ സഞ്ചി നീട്ടി.

"എന്താ ഇതില്."

"ദോശ, മോന്തിയാമ്പോ ബാക്കി ആയിതാ. എടുത്തോളിൻ. അന്റെ കുട്ട്യോൾക്കുള്ളത്.. ഈ തൂക്കുപാത്രത്തിലുണ്ട്."

അമ്മ സഞ്ചിയിലാക്കിക്കുമ്പോൾ കൈകൾ വിറച്ചിരുന്നു. ഒപ്പം കണ്ണുകൾ നിറയുന്നതും മണിയൻ നോക്കിനിന്നു. അപ്പോൾ ഒരു മരവിപ്പായിരുന്നു അവന്. അമ്മ അകത്തേക്ക് പോയപ്പോൾ അയാൾ അവനെ അടുത്തേക്ക് ചേർത്തു നിർത്തി.

"ആ പാത്രത്തിൽ നിറച്ച് ദോശയാണ്. പള്ള നിറച്ച് തിന്നോ. പറ്റൂല്ലാ ഇജ്ജ് പഴയതുപെറുക്കാനൊന്നും പോണ്ട. ചായപ്പീടീല് നിന്നോ. പാത്രമോറാണ്ട്. അരിക്കായിക്ക്ള്ളതൊക്കെ ഞാൻ തരണ്ട്. വല്യ എടങ്ങേറ് ള്ള പണിയൊന്നും ഞാൻ ഇടിപ്പിക്കൂല."

അവന് വല്ലാത്ത ആഹ്ലാദംതോന്നി. അവൻ അച്ഛനെ ഓർത്തു. മുത്തച്ഛനെ ഓർത്തു.

പുറത്ത് പ്ലാവിൻ മുകളിലൂടെ തണുത്ത കാറ്റ് ചുഴറ്റിയടിച്ചു. വെട്ടിവെടുപ്പാക്കാത്ത അവന്റെ തലമുടി പാറിപ്പറന്നു. അവൻ തേങ്ങിത്തേങ്ങി കരഞ്ഞു.

"സാരല്ലടാ ഇജ്ജ് രാവിലെ പീടിക്ക് വന്നോ."

പാമ്പുകളെപ്പോലെ വളഞ്ഞു പുളഞ്ഞു കിടക്കുന്ന പ്ലാവിന്റെ വേരുകളിലേക്ക് ടോർച്ചടിച്ച് കൂന്ന്കൂന്ന് അയാൾ നടന്നുപോയി.

പ്ലാവിൻ ചോട്ടിൽ നിലാവത്ത് മണിയനും കുറിഞ്ഞിപ്പൂച്ചയും കുത്തിയിരുന്നു. മണിയൻ കുറിഞ്ഞിയുടെ കൈകൾ പിടിച്ച് മുന്നോട്ടുവെച്ചു. അവൻ സ്നേഹത്തോടെ കുറിഞ്ഞിയുടെ കൈപിടിച്ച് അക്കുത്തിക്കുത്താന കളിച്ചു. പെരുംകുത്തു കുത്തിയപ്പോൾ കുറിഞ്ഞിപ്പൂച്ച കണ്ണുനിറച്ച് പരിഭവത്തോടെ മണിയനെ നോക്കി.

"സാരല്യാട്ടോ. ന്റെ കയ്യ് അറിയാതെ തട്ടീതാ... കരയണ്ട

മ്മക്ക് കിടക്കാൻ പോവാം.” കുറിഞ്ഞിയെ തോളിലിട്ട് അവൻ ഷെഡ്ഡിന്റെ വാതിൽക്കൽ ചെന്നു തട്ടികൊട്ടി അമ്മയെ വിളിച്ചു.

“എവിടെയായിരുന്നു ഇത്രനേരം.”

“ഞാനും കുറിഞ്ഞീം അക്കുത്തിക്കുത്ത് കളിച്ചു.”

“ഇത് കഴിച്ചോ, നല്ല ദോശോം ചമ്മന്തിയാ.”

അവൻ ആദ്യം അതിൽ നിന്ന് ഒരു കഷണമെടുത്ത് കുറിഞ്ഞിയുടെ വായിൽവെച്ചുകൊടുത്തു. രണ്ടുപേരും കൂടി ഓരോന്നായി തിന്നു. അമ്മ അതിനനുസരിച്ച് അവനേയും ഊട്ടി.

“മതിയായോ?”

“വിശപ്പു മാറീലേ”

‘ഉം”

“ഇനി കെടന്നോളൂ. പായ വിരിക്കട്ടെ.”

ആകെയുള്ള ഒരു തലയണ മുത്തച്ഛൻ തലക്കുവെച്ച് കൂർക്കം വലി തുടങ്ങിയിരിക്കുന്നു. മുത്തച്ഛന്റെ തൊട്ടടുത്താണ് അവൻ കിടക്കുക.

അതിനടുത്ത് അമ്മയും, പുള്ളിക്കുറിഞ്ഞിപ്പൂച്ചക്ക് പ്രത്യേക സ്ഥലമൊന്നും വേണ്ട. അധികദിവസങ്ങളിലും അവൾ മണിയന്റെ വയറ്റത്താണ് കിടന്നുറങ്ങുക.

അവൻ മുത്തച്ഛന്റെ അരികിൽ പറ്റിച്ചേർന്നു കിടന്നു. തൊട്ടടുത്ത് വിളക്കണച്ച് അവനെ കെട്ടിപ്പിടിച്ച് അമ്മയും കിടന്നു. ഓലകൊണ്ടുള്ള മേൽക്കൂരയിൽ നിറയെ വിടവുകളാണ്. നിലാവിന്റെ കീറുകൾ അവന്റെ മുഖത്ത് പതിഞ്ഞു. എങ്ങനെ തിരിഞ്ഞുകിടന്നാലും അരിവാളുപോലെയുള്ള വിടവിലൂടെ നിലാവും നക്ഷത്രങ്ങളും തെളിഞ്ഞുകാണാം.

നിലാവ് നേർത്തുനേർത്ത് ഇല്ലാതായി അകത്തെ നക്ഷത്രത്തിളക്കത്തിൽ അമ്മയും മുത്തച്ഛനും കൂർക്കം വലിച്ചുറങ്ങുന്നു. കുറിഞ്ഞിപ്പൂച്ച മൂളി മുരണ്ടു. പാട്ടുപാടി അവന്റെ

കാൽച്ചുവട്ടിലും ദേഹത്തും തൊട്ടും തലോടിയും അവനെപ്പോലെ ഉറങ്ങാതെ കിടക്കുകയാണ്.

മണിന് മലർന്നു കിടന്നാൽ ആകാശത്ത് നക്ഷത്രങ്ങളെ കാണാം. അവൻ കുറിഞ്ഞിപ്പൂച്ചയെ എടുത്ത് അടുത്തേക്ക് കിടത്തി അവളോട് ചോദിച്ചു.

"ദേ നോക്കിയേ, മേലോട്ട്
ആകാശം കാണുന്നില്ലേ."

പുള്ളിക്കുറിഞ്ഞി വെറുതെ തിരിഞ്ഞുകിടന്നു. "അല്ലെങ്കിലും നീ ചിലപ്പോ എന്നോടങ്ങനെയാ. അമ്മയും മുത്തച്ഛനും ഉറങ്ങീട്ടില്ലേ. ഇനി നീ മാത്രല്ലേ ഇയ്ക്ക് കൂട്ടുള്ളൂ. നോക്കിയേ, ആ കാണുന്നതെന്താ."

പുള്ളിക്കുറിഞ്ഞി തിരിഞ്ഞുകിടന്നു. മണിയന് ഓലക്കീറിനുള്ളിലെ ആകാശം കാണാൻ വയ്യ. നക്ഷത്രങ്ങൾക്കൊക്കെ തെളിച്ചം കുറഞ്ഞിരിക്കുന്നു. പൂത്തുലഞ്ഞ നക്ഷത്രങ്ങൾക്കിതെന്തുപറ്റി? പൊടുന്നനെ നക്ഷത്രജാലങ്ങൾക്ക് വികൃതമായ രൂപം കൈവരുന്നു. വീടിനു മുകളിലൂടെ ഇരുട്ടും വെളിച്ചവും മാറിമാറി പെയ്യുന്നു. വെളിച്ചത്തിന്റെ ഭാഗം മണിയന് ആഹ്ലാദമാ. ഇരുട്ടിന്റെ ഭാഗം വരുമ്പോൾ അവൻ പുള്ളിക്കുറിഞ്ഞിയെ മുറുകെ പിടിച്ചുകിടന്നു.

ഇരുട്ട് പതുക്കെ മാഞ്ഞ് വെളിച്ചത്തിന്റെ നേർത്ത രണങ്ങൾ ആകാശത്തിന്റെ അതിരുകളിൽ നിന്നു ചോർന്നൊലിക്കുമ്പോൾ ഒരു ഭീകരജീവിയെ മണിയൻ കണ്ടു. ഒറ്റ നോട്ടമേ നോക്കിയുള്ളൂ. അവനാകെ തളർന്നു. വിയർത്തു കുളിച്ചു. അതിന്റെ കൂർത്ത പല്ലുകളിൽനിന്ന് രക്തം ഇറ്റുവീഴുന്നു. ആദ്യത്തെ രണ്ടു തുള്ളി മേൽക്കൂരയുടെ മുകളിലേക്ക് വീഴുന്നത് അവൻ ശരിക്കും കണ്ടു. പാതിയടഞ്ഞ കണ്ണുകൾ തുറന്ന് അവൻ പിന്നെയും നോക്കി. രോമാവൃതമായ ദേഹം ഒന്നിളക്കി മസിലു കാണിച്ച് അത് വായ പൊളിക്കുന്നു. ഇതാ

എല്ലാവരും അതിന്റെ വായിലേക്ക്... എന്റമ്മോ... അയ്യോ...
അതാ അടുത്തെത്തി.
“എന്തു പറ്റിയെടാ? എന്താ?”
“ആ ജീവി, ഇപ്പഴാ തിരിഞ്ഞോടിയത്.”
“ഏതു ജീവി.”
“നമ്മളെ എല്ലാരേയും വിഴുങ്ങാൻ വായ പൊളിച്ചു.”
“നീ കിനാവ് കണ്ടതാവും.”
“അല്ല.”
“പോയീലേ.”
“പോയി.”
“ഞാൻ മാരിയമ്മയെ വിളിച്ച് പ്രാർത്ഥിക്കാം. ഇനി പേടിയുള്ള കിനാവ് കാണില്ല. ആരും വിഴുങ്ങാൻ വരില്ല.”
ഇരുട്ടിൽ കുറച്ചുനേരം അമ്മയും മകനും നാട്ടുദൈവങ്ങളെ വിളിച്ചു പ്രാർത്ഥിച്ചു. കവിലമ്മയെ, മാരിയമ്മയെ.
ശബ്ദം കേട്ട് മുത്തച്ഛന്റെ കൂർക്കംവലി നിന്നു. പുള്ളിക്കുറിഞ്ഞി പിടഞ്ഞ് എഴുന്നേറ്റ് അവന്റെ മടിയിൽ കയറി ഇരുന്നു. അതിന്റെ വെള്ളാരംകണ്ണിലേക്ക് നോക്കി മണിയൻ പറഞ്ഞു.
“ഇപ്പോ എല്ലാരും ആ ജന്തുവിന്റെ വായിലേക്ക് പോണ്ടതായിരുന്നു.”
മുത്തച്ഛൻ പിറുപിറുത്തുകൊണ്ട് കമിഴ്ന്നു കിടന്നു. മണിയൻ പിന്നേയും മലർന്നുകിടന്ന് മേൽക്കൂരയുടെ പഴുതിലൂടെ ആകാശം കണ്ടു.
“ഹാവൂ ഇപ്പോൾ നക്ഷത്രങ്ങളെ കാണാൻ എന്തൊരു ഭംഗിയാണ്. വെളുത്ത പൂക്കൾപോലെയുണ്ട്.”
“എല്ലാ നക്ഷത്രങ്ങളും കൂടി പേടിപ്പെടുത്തുന്ന ജന്തുവിനെ ആട്ടിയോടിച്ചിട്ടുണ്ടാവും.”
“ഉറങ്ങിക്കോ ചെക്കാ, നേർത്തെ പോണ്ടതാ.”
അമ്മ അവനെ ശാസിച്ചു.

“ഉറക്കം വരുന്നില്ല.”

“ഉറങ്ങിക്കോ, അമ്മ നിനക്ക് ഒരു സമ്മാനം തരുന്നുണ്ട്.”

“എന്താ സമ്മാനം കേക്കട്ടെ.”

“എന്തും തരാം.”

“എനിക്ക് അന്റെ അച്ഛനെ തിരഞ്ഞു കണ്ടുപിടിച്ചു തരോ.””

“നല്ല പൂരം; എത്രനാളായി അച്ഛൻ നമ്മളെ വിട്ടുപോയിട്ട്.”

“ഉറങ്ങ്, കണ്ടുപിടിക്കാം.”

“സത്യം.”

“സത്യം.”

കീറിപ്പാറിയ പുതപ്പുകൊണ്ട് ഏച്ചുകെട്ടി അവനെ പുതപ്പിച്ച് പുള്ളിമാന്റെയും രാജകുമാരിയുടേയും കഥ പറഞ്ഞ് അമ്മ അവനെ ഉറക്കി.

നാല്

മുറ്റത്തെ പ്ലാവിൻ മുകളിൽ കിളികളുടെ ആരവം. അണ്ണാൻമാർ നിർത്താതെ ബഹളം കൂട്ടുന്നു. നേരം വെളുത്തു തുടങ്ങി. മണിയൻ മുത്തച്ഛന്റെ കൈപിടിച്ച് പുഴമ്പാലയിലേക്ക് നടന്നു. പുഴമ്പാലി നിറച്ച് അവനെപ്പോലുള്ള കുട്ടികളാണ്. ഏതൊക്കെയോ നാട്ടിൽനിന്ന് കെട്ടിപ്പെറുക്കി വന്നവർ.

എന്നും രാവിലെ പ്രഭാതകൃത്യങ്ങൾക്കായി മുത്തച്ഛന്റെ കൂടെ പോകുന്നത് മണിയന് വലിയ ഇഷ്ടമാണ്. കഥകളുടെ ലോകത്തേക്കാണ് ഈ യാത്ര. വെള്ളത്തിലെ പരൽമീനുകളുടെ കഥയാണ് ഇന്നലെ പറഞ്ഞത്. ഇന്ന് മാരിയമ്മയുടെ കഥ തുടങ്ങാമെന്ന് ഉറപ്പുതന്നിരുന്നു.

"അപ്പോ എവിടെ നിർത്തിയത്."

"ഉൽപ്പത്തിയുടെ കഥ."

"ഇനി നമ്മൾ പീടികേക്കല്ലേ തിരിച്ചുപോണ്."

"അതെ കുട്ട്യേ."

"മാരിയമ്മയുടെ കോവിലിൽ നേർച്ചയിട്ടാ നമ്മുടെ കഷ്ടപ്പാട് മാറ്വോ മുത്തച്ഛാ."

"അങ്ങനെ വിശ്വസിക്കുന്നോര് പണ്ടുമുതലേ ഉണ്ട്. ഒക്കെ ഓരോരുത്തരുടെ വിശ്വാസാ..."

"പണ്ടുമുതല് ച്ചാ എന്നാ?"

"പണ്ട് പണ്ട് ച്ചാല് എന്റെ അച്ഛന്റേയും മുത്തച്ഛന്റേയും മുതുമുത്തച്ഛന്റേയും അതിന്റെയും എത്രയോ മുമ്പ്. അന്ന്

മാരിയമ്മയെ കുടിയിരുത്തിയത് അങ്ങ് ദൂരെ വലിയ മലയിലായിരുന്നു. അവിടേക്ക് ആർക്കും പോവാൻ പറ്റില്ല."

"അതെന്താ?"

"കാട് വെട്ടിട്ടു വേണ്ടെ പോവാൻ, അങ്ങട്ട്. കാടുവെട്ടിയാ ദേവി കോപിക്കും."

"പിന്നെ എങ്ങനെയാ സങ്കടം പറയ്യാ?"

"മലയുടെ ചുവട്ടിലെത്തീട്ട് പറയാം. അടുത്തേക്ക് തീരെ പോവാൻ പറ്റില്ല്യ.."

"വർഷത്തിലൊരിക്കൽ വിളക്കുവെക്കാൻ ഒരാൾക്കു മാത്രം പോവാം. കാട്ടിലൂടെ സൂക്ഷിച്ച് പോവണം. വ്രതം എടുത്തിട്ടുവേണം പോവാൻ. അങ്ങനെയുള്ള ആളേ മലമുകളിലെത്തൂ. ഇല്ലെങ്കിൽ പാതിവഴിയിൽ മൃഗങ്ങൾതന്നെ ആ മനുഷ്യനെ നശിപ്പിക്കും."

"അയ്യോ."

"അപ്പോൾ എല്ലാവർക്കും പോവാൻ പറ്റില്ലല്ലേ."

"ഇല്ല."

"അപ്പോൾ നമ്മുടെ സങ്കടങ്ങൾ പറയാൻ എന്താ ചെയ്യ്യാ?"

"അതിനൊക്കെ വഴിയുണ്ട് മണിയാ."

മണിയൻ മുത്തച്ഛന്റെ വിരലുകളിൽ മുറുകെ പിടിച്ച് പുഴമ്പാലയിലേക്ക് നടന്നു.

പുഴയിൽ വെള്ളമില്ല.

പുഴയിൽ മണലില്ല.

പുഴ ഒരു ചെറിയ കുളമായി മാറിയിരിക്കുന്നു.

കുളക്കരയിൽ പല്ലുതേപ്പും കുളിയുമായി കുറേ കുട്ടികളും മുതിർന്നവരുമുണ്ട്. ഈ നാട്ടുകാരും അന്യനാട്ടുകാരുമുണ്ട്. അവരിൽ ഒരാളായി മണിയനും കൂടി. ചിലരുടെ ഭാഷയൊന്നും അവനു മനസ്സിലായില്ല. അവരോട് വെറുതെ ചിരിച്ച് സ്നേഹം പങ്കുവെച്ചു.

Smitha

ദേഹം നനച്ചുതുടച്ച് അവർ രണ്ടുപേരും പീടിക കോലായിലേക്ക് ലക്ഷ്യംവെച്ചു. മുത്തച്ഛന്റെ വക രാവിലത്തെ ചായയും ദോശയും എന്നും പതിവുള്ളതാണ്. അത് കഴിഞ്ഞാണ് മണിയൻ പഴയ സാധനങ്ങൾ തേടി അമ്മയോടൊപ്പം പുറപ്പെടുക.

ചായക്കട പണിക്ക് പോകുന്നവരുടെ തിരക്കിലാണ്. അധികവും ഹിന്ദിക്കാരാണ്. മണിയന് ഹിന്ദി അറിഞ്ഞുകൂടാ. അവർ കുശലം പറഞ്ഞ് പൊട്ടിച്ചിരിക്കുന്നുണ്ട്. എന്തൊരാഹ്ലാദമാണ് അവർക്ക്. വീട്ടിൽ ഇങ്ങനെ സന്തോഷംകൊണ്ട് തുള്ളിച്ചാടിയ നിമിഷങ്ങളേ ഉണ്ടായിട്ടില്ല. അങ്ങനെ സന്തോഷിച്ച് തുള്ളിച്ചാടാൻ ഒരു വീട് സ്വന്തമായിട്ട് വേണ്ടേ! ഒരിക്കൽ ഈ പ്രാർത്ഥനകളൊക്കെ ഒരാൾ കേൾക്കാണ്ടിരിക്കില്ല.

പീടിക കോലായിലെ ബെഞ്ചിൽ ഒരറ്റത്ത് മുത്തച്ഛൻ ഇരുന്നു.മ ണിയന് ഇരിപ്പിടമില്ല. അവൻ ചായക്കടയിലെ തിരക്കിൽ ഒരാളായി മുത്തച്ഛനെ ചുറ്റിപ്പറ്റി നിന്നതേയുള്ളൂ.

"സൈത് കാക്കാ, ഒരു ചായ."

അയാൾ തിരിഞ്ഞുനോക്കി.

"എന്തേ"

"ഇതുവരെ ഹിന്ദിക്കാരുടെ പാനീ പീനി വർത്താനായിരുന്നല്ലോ. അതിലടക്ക് ഒരു മലയാളം കേട്ട സുഖംകൊണ്ട് നോക്കി പോയിതാ..."

സൈത്ക്ക സമാവറിൽ തട്ടിക്കൊട്ടി ചൂടുവെള്ളം പാട്ടയിലേക്ക് പകർന്ന് പാലും പൊടിയും പഞ്ചസാരയും ചേർത്ത് പാട്ട നീട്ടിപ്പിടിച്ച് ആറ്റി.

ആറ്റലിന്റെ ശബ്ദവും അതിന്റെ താളവും മണിയൻ കൗതുകത്തോടെ നോക്കിയിരുന്നു. അങ്ങനെ സൈത്ക്കയെപ്പോലെ ചായ ആറ്റുന്ന ആളായി വളർന്നാൽ മതിയെന്ന് അവനു തോന്നി.

രണ്ടുപേർക്കും ചായയും ഒരു പ്ലേറ്റിൽ നിറച്ച് പുട്ടും കടലയും അവർക്ക് മുന്നിൽ സൈത്ക്ക കൊണ്ടുവന്നുവെച്ചു. നല്ല വിശപ്പായിരുന്നു മണിയന്. മുത്തച്ഛനും മണിയനും കൂടി പ്ലേറ്റ് കാലിയാക്കിയപ്പോൾ ചോദിക്കാതെ തന്നെ സൈത്ക്ക ഒരു കഷണം പുട്ട് കൂടി കൊണ്ടുവന്നു.

ചായയും പുട്ടും കഴിച്ച് കൈകഴുകി മുത്തച്ഛൻ സൈത്ക്കയോട് പറ്റ് കുറിക്കാൻ പറഞ്ഞു. സൈത്ക്കക്ക് അതൊന്നും ഒരു പ്രശ്നമായിരുന്നില്ല. മുത്തച്ഛനായിരുന്നു വല്ലാത്ത പ്രയാസം. ഒരു ചില്ലിക്കാശില്ലാത്തതിന്റെ വിഷമം മുത്തച്ഛന്റെ മുഖത്ത് പ്രകടമായിരുന്നു. മണിയൻ അതൊന്നും ശ്രദ്ധിക്കാത്ത മട്ടിൽ പുറത്തെ മരച്ചുവട്ടിലേക്ക് നോക്കിയിരുന്നു. പ്ലാവിൻമുകളിൽ കിളികളും അണ്ണാനും ഇപ്പോഴും വഴക്കു കൂടിക്കൊണ്ടിരിക്കുന്നു. രണ്ടു കൂട്ടരുടേയും ശബ്ദം ഉച്ചത്തിലായപ്പോഴാണ് മണിയൻ പോലീസ് ഏമാൻമാരെ കണ്ടത്.

"മുത്തച്ഛാ അങ്ങോട്ടു നോക്കിയേ."

"എന്താപ്പോ പോലീസുകാര് ഇങ്ങട്ട്."

"അയ്യോ, അക്കൂട്ടത്തിൽ അമ്മയുണ്ടല്ലോ മുത്തച്ഛാ..."

"അതെയോ, എനിക്ക് കണ്ണ് പിടിക്കണില്ല."

രണ്ടുപോലീസുകാരും ഒരു വനിതാപോലീസുമുണ്ട്. മുന്നിൽ അമ്മയാണ്. അമ്മയുടെ മുഖം വാടിയിരിക്കുന്നു. കരഞ്ഞുകലങ്ങിയ കണ്ണുകൾ. പീടികയിലേക്ക് സ്റ്റെപ്പുകൾ അമർത്തിച്ചവിട്ടിക്കയറി പോലീസുകാരൻ ചോദിച്ചു.

"ഈ കടയുടമ ആരാ?"

സൈത്ക്ക ആദരവോടെ ചെന്നു.

"ഇവളെ അറിയോ"

"അറിയാം സാർ."

"ഇവളുടെ തന്തയും ഒരു ചെക്കനുമുണ്ടല്ലോ."

"ഞങ്ങളാ."

മുത്തച്ഛൻ പറഞ്ഞു.

"എന്നാ കാരണവരേ മക്കളെ നേരെ ചൊവ്വേ വളർത്താൻ വയ്യേ?"

"എന്താ കാര്യം, തെളിച്ചു പറയൂ."

മുത്തശ്ശന്റെ തൊണ്ടയിടറി, കണ്ണുകൾ നിറഞ്ഞു.

"ഈ ചെക്കനെയും തള്ളയേയും സ്റ്റേഷനിലേക്ക് കൊണ്ടുപോവുകയാണ്."

"എന്തിനാ സാർ."

"എന്തിനാന്നോ; മോഷണക്കുറ്റം."

"ഇല്ല ഞാനൊന്നും മോഷ്ടിച്ചിട്ടില്ല സാറൻമാരേ."

"നിർത്തടീ നിന്റെ മോങ്ങൽ."

അമ്മയുടെ കരച്ചിൽകേട്ട് മണിയനും പിടിവിട്ടു. അവനും സങ്കടം അണപൊട്ടി. രണ്ടുപേരെയും പോലീസുകാർ മുറ്റത്തേക്കിറക്കി. അപ്പോഴേക്കും നാട്ടുകാർ മുഴുവൻ അവിടെ തടിച്ചുകൂടിയിരുന്നു.

എന്താണാവോ ഈ ആൾക്കൂട്ടം?

അവനൊന്നും മനസ്സിലായില്ല. മുത്തച്ഛന്റെ കയ്യിൽനിന്ന് അവനെ റാഞ്ചിയെടുത്ത് ഒരു പോലീസുകാരൻ അവനെ ജീപ്പിലേക്ക് കയറ്റി ഇരുത്തി. പിന്നിൽ പിടിച്ച് തൂക്കി അമ്മയേയും ജീപ്പിനുള്ളിലാക്കി. വനിതാ പോലീസിന്റെ നോട്ടം അവനെ വല്ലാതെ പേടിപ്പിച്ചു. നിരത്തുവക്കിലൂടെ നടക്കുമ്പോൾ അവൻ അവരെയെല്ലാം കണ്ടിട്ടുണ്ട്. ഒരുവിധത്തിൽ ധൈര്യം സംഭരിച്ച് മണിയൻ ചോദിച്ചു.

"മുത്തച്ഛനും കൂടി വണ്ടീല് കേറിക്കോട്ടെ."

മനുഷ്യന് പണിയുണ്ടാക്കുന്ന അസത്തുകൾ. പിന്നീടവർ വായിൽ തോന്നുന്നതെന്തൊക്കെയോ വിളിച്ചുപറഞ്ഞു.

മണിയൻ ഇന്നുവരെ ഉപയോഗിക്കാത്ത വാക്കുകൾ.

വണ്ടി നിരത്തിലേക്ക് തിരിയുമ്പോൾ മണിയൻ മുത്തച്ഛനെ കണ്ടു. ആൾക്കൂട്ടത്തിൽ നിന്ന് മാറി പ്ലാവിൻചുവട്ടിൽ കണ്ണു തുടച്ചുനിൽക്കുന്നു. അപ്പോൾ എല്ലാ കണ്ണുകളും ഒരു കുറ്റവാളിയപ്പോലെ മുത്തച്ഛന്റെ ദേഹത്തായിരുന്നു.

അഞ്ച്

തുരുമ്പിച്ച് നിറംമങ്ങിയ പഴയ വാഹനങ്ങളും അവിടവിടെ ചെറിയ മണൽകൂനകളും കൂട്ടിയിട്ട മുറ്റത്ത് പോലീസ് വാഹനം നിർത്തി. പഴയതു പെറുക്കാൻ പോകുമ്പോൾ മണിയൻ ഈ കെട്ടിടം കണ്ടിട്ടുണ്ട്. ഇവിടേക്കാണ് കള്ള ന്മാരെ പിടിച്ചുകൊണ്ടുവരുന്നതെന്നും അവനറിഞ്ഞിരുന്നു.

വാഹനത്തിൽനിന്ന് പോലീസുകാർ അവരെക്കൂട്ടി പുറ ത്തിറങ്ങുമ്പോൾ പുറത്ത് അവരെ കാണാൻ ആളുകൾ തടി ച്ചുകൂടിയിരുന്നു. എന്തിനാണാവോ ഇവരൊക്കെ തുറിച്ചു നോക്കുന്നത്? വാതിൽക്കൽ നിന്ന് അമ്മയെ അവർ അക ത്തേക്കു കൊണ്ടുപോയി. മണിയനെ ഒരു കൊമ്പൻമീശ ക്കാരൻ തടഞ്ഞുവെച്ചു. അയാളുടെ കണ്ണുകൾ ചുവന്നുതു ടുത്തിരുന്നു. മണിയൻ ഒന്നേ നോക്കിയുള്ളൂ. പേടിച്ചരണ്ട് അവൻ നിന്നു. മണിയനെ അയാൾ മറ്റൊരു മുറിയിലേക്കാണ് കൊണ്ടുപോയത്.

"എന്റമ്മോ ഇതൊക്കെ ആർക്കാ."

മണിയന് എന്തെന്നില്ലാത്ത സന്തോഷമായി. അവന്റെ മുമ്പിൽ ഒരു പ്ലേറ്റു നിറച്ച് മധുരപലഹാരങ്ങൾ. ബിസ്ക്കറ്റും മിഠായിയും ഓറഞ്ചും മുന്തിരിയും... ഇത്രയധികം മധുരപല ഹാരങ്ങൾ കിട്ടുന്നത് അവന് ആദ്യമായിട്ടാണ്.

"ഇഷ്ടമുള്ളത് എടുത്തോളൂ മോനേ."

കൊമ്പൻ മീശക്കാരൻ പറഞ്ഞു.

മണിയന്റെ പേടി അല്പാൽപ്പം കുറഞ്ഞു. അവന്റെ മുന്നി

ലേക്ക് മധുരപലഹാരത്തിൽ മനുഷ്യരൂപത്തിലുള്ള മിഠായികളും... കാണാൻ നല്ല ഭംഗി. ഒരു കുഞ്ഞുമനുഷ്യനെ അവൻ പ്ലേറ്റിൽനിന്നെടുത്ത് വായിലേക്ക് വച്ച് പതുക്കെ ചവച്ചരച്ചു.

ഒന്നു കഴിച്ചുതീർന്നപ്പോൾ അവൻ അടുത്ത മിഠായി തിരഞ്ഞു. എവിടെ കുഞ്ഞു മനുഷ്യൻ? അപ്പോൾ പോലീസുകാരൻ ചോദിച്ചു.

"മോനെ എന്തിനാങ്ങോട്ടു കൊണ്ടുവന്നതെന്നറിയോ?"

"ഇല്ല."

"കഴിഞ്ഞദിവസം പഴയസാധനങ്ങൾ എടുക്കാൻ പോയപ്പോൾ മൂന്നു താഴികക്കുടങ്ങളുള്ള വലിയ പടിപ്പുര കണ്ടിരുന്നില്ലേ."

"കണ്ടു."

"അവിടെ എത്ര നേരം നിന്നു."

"അവിടെ എനിക്ക് നിക്കാൻ തോന്നീല."

"അതെന്താ?"

"എനിക്ക് വിശന്നു പൊരിയായിരുന്നു."

"എന്നിട്ട് അവിടെ കയറി പടിപ്പുര വാതിലിനടുത്തെ തിണ്ടത്തുവെച്ചിരുന്ന മൊബൈൽ ഫോൺ എടുത്തില്ലേ?"

"ഇല്ല."

"നുണ പറഞ്ഞാൽ, എന്റെ സ്വഭാവം മാറും."

"മാരിയമ്മയാ സത്യം, സാർ, ഞാനെടുത്തിട്ടില്ല."

അന്ന് ഒരു വീട്ടിലും കയറിയില്ല. അന്നു രാത്രിയും വയറു കത്തല് അടങ്ങാനുള്ളത് സൈത്ക്കയാ തന്നത്."

"നുണ പറയല്ലടാ. നീ മോഷ്ടിച്ചത് കണ്ടവരുണ്ടല്ലോ."

"സാർ, ഞങ്ങൾക്കെന്തിനാ മൊബൈൽ ഫോൺ. ഞങ്ങളെ വിളിക്കാനും പറയാനും ആരും ഇല്ല. എനിക്ക് ഒറ്റ കൂട്ടുകാരും ഇല്ല. എനിക്ക് ആകെയുള്ളത് മുത്തശ്ശനും അമ്മയുമാ."

അവന്റെ കണ്ണുനിറഞ്ഞു. കണ്ണുനീർ മുത്തുമണികളായി

കവിളിലൂടെ ഒലിച്ചിറങ്ങി.

തൊട്ടടുത്ത മുറിയിൽ നിന്ന് ഞരക്കവും തേങ്ങലവും നില വിളിയും. ശബ്ദം അവൻ ശ്രദ്ധിച്ചു. അത് അമ്മയുടേതു തന്നെയാണ്.

എന്തിനാണ് അമ്മ കരയുന്നത്?

"എനിക്കമ്മയെ കാണണം"

"ഒച്ചവെക്കല്ലടാ. അടിച്ചിട്ടു ഞാൻ..."

കൊമ്പൻ മീശക്കാരൻ ഉറഞ്ഞുതുള്ളി. ചൂരൽ ഓങ്ങി അയാൾ മീശ വിറപ്പിച്ചുനിന്നു.

"ഇനി ഞാൻ പറയുന്നതു കേട്ടോ. ഇന്നലെ നിങ്ങൾ അവിടെ നിന്ന് വിലകൂടിയ ഒരു മൊബൈൽഫോൺ മോഷ്ടിച്ചു. അത് പതിവുപോലെ പഴയത് എടുക്കുന്ന കടയിലെ ചാക്കുകെട്ടുകളിൽ ഒളിപ്പിച്ചുവെച്ചു. ഇന്ന് അത് എടുക്കാൻ ചെന്നപ്പോൾ നാട്ടുകാരു കൂടി. അമ്മയെ പിടിച്ചു പോലീസിലേൽപ്പിച്ചു. ഇതല്ലേ കൊച്ചനേ ശരി?"

"അല്ല. ഞങ്ങൾ അവിടെനിന്ന് ഒന്നും എടുത്തിട്ടില്ല... ഒന്നും എടുത്തിട്ടില്ല... ഇല്ല..."

"കോൺസ്റ്റബിൾ"

യേസ് സാർ."

"രണ്ടുപേരെയും വിട്ടേക്ക്, പാവങ്ങൾ."

എസ്. ഐ കനപ്പിച്ചു പറഞ്ഞു. അയാൾ കൊടുത്ത ഒരു ഗ്ലാസ് ചായയും അപ്പവും തിന്നാണ് മണിയൻ പുറത്തിറങ്ങിയത്. സ്റ്റേഷന്റെ മുറ്റത്തെ നിറംമങ്ങിയ പഴയ ജീപ്പിന്റെ അടുത്ത് അവൻ നിന്നു. അമ്മ വരുംവരെ ഇവിടെ നിൽക്കാനാണ് അവർ പറഞ്ഞത്. സ്റ്റേഷന് പുറത്ത് നിരത്തിലൂടെ ആർത്തുല്ലസിച്ചു നീങ്ങുന്ന സ്കൂൾ കുട്ടികൾ അവനെ നോക്കി പതിഞ്ഞ സ്വരത്തിൽ പറഞ്ഞു.

"നോക്കടാ കള്ളൻ."

"അതൊരു കുട്ടിക്കള്ളനാണ്."

"അല്ലെടാ പെരുംകള്ളനാ."

"എടാ സുബ്ബയറേ, ഇപ്രായത്തിലുള്ളോരെ ഇങ്ങട്ട് കൊണ്ടരോ?"

"പിന്നെ എങ്ങട്ടാ"

കുട്ടിക്കള്ളന്മാരെ കുട്ട്യോളെ ജയിലിലേക്ക് പറഞ്ഞയക്കും ന്നാ. അമ്മിണി ടീച്ചർ പറഞ്ഞത്.

കുട്ടികൾ പറയുന്നത് മണിയൻ കേട്ടു. അവരുടെ കണ്ണുകൾ പതിയാതിരിക്കാൻ അവൻ ജീപ്പിന്റെ ചുവട്ടിൽ മറഞ്ഞിരുന്നു. ഒളിക്കാൻ ഭദ്രമായ ഒരു സ്ഥലം കിട്ടിയപ്പോഴാണ് അമ്മ ഒരു ഭ്രാന്തിയെപ്പോലെ ഇറങ്ങിവന്നത്. മുടി അഴിച്ചിട്ട് കുടഞ്ഞ് മുഖംപൊത്തി അമ്മ പറഞ്ഞു.

"നടന്നോ ചെക്കാ."

"നമ്മള് കള്ളന്മാരല്ലല്ലോ, ഇങ്ങോട്ടു കൊണ്ടുവന്നപോലെ നമ്മടെ വീട്ടിലേക്ക് വണ്ടീല് കൊണ്ടുന്നാക്കില്ലേ?"

"മിണ്ടാതിരി ചെക്കാ, നമ്മള് പാവങ്ങളാ."

"ഇനിയിപ്പം കാണ്ന്നോരൊക്കെ നമ്മളെ കള്ളന്മാർന്ന് വിളിക്കും."

"ഒക്കെ സഹിക്യന്നെ."

"അവരൊക്കെ വല്യോരല്ലേ..."

"എന്തും ചെയ്യും."

"എന്തും പറയും."

"നമ്മള് ഭൂമിയില്ലാത്തവര്, ആരുമില്ലാത്തവര്. നാടോടികള്..."

അമ്മ ഓരോന്നു പിറുപിറുത്തുകൊണ്ട് അവന്റെ കൈപിടിച്ച് നിരത്തിലൂടെ നടന്നു. സ്കൂൾ കുട്ടികൾ കാണാതിരിക്കാൻ മണിയൻ കുപ്പായം ഊരി മുഖംമൂടിക്കെട്ടി. കാൽച്ചുവട്ടിലേക്ക് മാത്രം കാണാം. അതുമതി. മറ്റാരെയും കാണേണ്ടെന്ന് അവനു തോന്നി.

അമ്മ അവനെ ചേർത്തുപിടിച്ച് നിരത്തിന്റെ ഓരം ചേർന്ന്

നടന്നു. പകൽ ചൂടുപിടിച്ചുതുടങ്ങി. നടന്നുനടന്ന് ആ വലിയ കെട്ടിടത്തിനു മുന്നിലെത്തി.

"ഇതല്ലേ ആ പടിപ്പുരയും കെട്ടിടവും."

"ആവ്വോ"

"അമ്മയ്ക്ക് എന്തേ അവര് തിന്നാൻ തന്നു?"

"തേങ്ങാക്കൊല," മിണ്ടാതിരുന്നോ.

വലിയ വീടിന്റെ പടിപ്പുരക്കു മുമ്പിൽ അവർ നിന്നു. വലിയ മൂന്നു താഴികക്കുടം. അകത്തേക്കുള്ള കവാടം ഇപ്പോഴും അട്ഞ്ഞുകിടക്കുന്നു. അകത്തേക്കോ പുറത്തേക്കോ കടക്കാൻ സെക്യൂരിറ്റിയുടെ അനുവാദം വേണം. സെക്യൂരിറ്റിക്കാരൻ ചോദ്യഭാവത്തിൽ അവരെ നോക്കി. അവർ രണ്ടുപേരും കണ്ടിട്ടും കാണാതെ, കേട്ടിട്ടും ഒന്നും കേൾക്കാതെ പതുക്കെ മുന്നോട്ടു നടന്നു.

ആറ്

പ്ലാവിൻ ചുവട്ടിൽ മുത്തശ്ശൻ കാത്തിരിക്കുകയാണ്. മണിയന് ആദ്യം ഒന്നും മനസ്സിലായില്ല. മുത്തശ്ശൻ ഇരിക്കുന്നതിനടുത്ത് മടക്കിക്കെട്ടിയ നീലനിറത്തിലുള്ള പ്ലാസ്റ്റിക് വിരിയും മൂന്നു മുളങ്കോലും ഒരു ചാക്ക് നിറച്ച് അടുക്കള പാത്രങ്ങളുമുണ്ട്.

മുത്തശ്ശനെ വിളിച്ചിട്ട് മിണ്ടാട്ടമില്ല. സങ്കടം വന്ന് കരച്ചിലോളമെത്തിയിരിക്കുന്നു. ഇങ്ങനെ മുത്തശ്ശനെ കാണുന്നത് ആദ്യമായിട്ടാണ്. അമ്മയും മുത്തശ്ശനും എന്തോ പിറുപിറുക്കുന്നു. അവൻ കേൾക്കാതിരിക്കാനാണ് രണ്ടുപേരും മാറി നിന്നത്. പ്ലാവിൻചുവട്ടിൽ നല്ല തണുപ്പുണ്ട്. ഇലകൾക്ക് മുകളിൽ കാറ്റടിക്കുന്നു. കിളികൾ നിശ്ശബ്ദരാണ്. അവ ഒന്നും മിണ്ടുന്നില്ല. എപ്പോഴും പാട്ടുപാടാറുള്ള കുയിലിന്റെ ശബ്ദം കേൾക്കാൻ മണിയൻ കൊതിച്ചു.

"പോലീസിന്റെ വരവോടെ നാട്ടിൽ നിക്കപ്പൊറുതിയില്ലാതായില്ലേ?"

"എന്തായാലും പോയല്ലേ പറ്റൂ."

അമ്മയുടെയും മുത്തശ്ശന്റെയും കണ്ണുകൾ നിറഞ്ഞിരുന്നു. അവന് നോക്കിനിൽക്കാൻ വയ്യ. അവന്റെ കണ്ണുകൾ നിറഞ്ഞു. ചുണ്ടുകൾ വിറച്ചു. അവൻ പൂഴിമണ്ണിലേക്ക് തലകുനിച്ച് പെരുവിരൽകൊണ്ട് പൂഴിയിൽ വെറുതെ വരച്ചുകൊണ്ടിരുന്നു.

അവൻ പീടികകോലായിലേക്ക് നോക്കി. സൈത്ക്ക അവിടെ ഇല്ല. പീടികയിലുള്ളവർ അവരെ നോക്കുന്നുണ്ട്.

ആ നോട്ടത്തിൽ മണിയന് പേടി തോന്നി.

"ഈറ്റ കള്ളന്മാരാന്ന് ഇപ്പോ മനസ്സിലായില്ലേ?"

അല്ല, അല്ല, അല്ല... അവൻ ആയിരംവട്ടം മനസ്സിൽ മന്ത്രിച്ചു.

ഷെഡ്ഡിലുണ്ടായിരുന്ന പാത്രങ്ങൾ നിറച്ച ചാക്ക് തലയിൽവെച്ച് അമ്മ പറഞ്ഞു.

"മണിയാ, പായയും പെട്ടിയും എടുത്തോ

അവൻ അതെല്ലാം എടുത്തു. ഷീറ്റും മുളങ്കാലുമായി മുത്തശ്ശൻ മുന്നിലും മണിയനും അമ്മയും പിന്നിലുമായി പ്ലാവിൻചുവട്ടിൽ നിന്നിറങ്ങി.

"പോയോ"

ആരോ പിന്നിൽ നിന്നു ചോദിച്ചു.

ആരും തിരിഞ്ഞുനോക്കിയില്ല.

അവർ ഒന്നും സംഭവിക്കാത്തതുപോലെ ഇടവഴി ഇറങ്ങി തോടുകടന്ന് നിരത്തിലെത്തി. നിരത്തിൽ തിരഞ്ഞെടുപ്പ് വാഹനങ്ങളുടെ കോലാഹലമാണ്.

"പഴയ സാധനങ്ങൾ കൊടുക്കാനുണ്ടോന്ന് ഉറക്കെ വിളിക്കടാ ചെക്കാ. മനുഷ്യന് വിശപ്പടക്കണ്ടെ."

അമ്മ അവനെ ശാസിച്ചു. ഉള്ള ശക്തിയെല്ലാം സംഭരിച്ച് അവൻ ഉറക്കെ വിളിച്ചു. മണിയന്റെ ശബ്ദം ഭരണകക്ഷിയുടെ തെരഞ്ഞെടുപ്പ് വാഹനത്തിലെ പ്രസംഗത്തിൽ മുങ്ങിപ്പോയി.

മണിയൻ തൊണ്ട പൊട്ടുമാറുച്ചത്തിൽ വിളിച്ച് കവലയിൽനിന്ന് മുത്തച്ഛൻ പറഞ്ഞതുപോലെ വലത്തോട്ടുള്ള റോഡിലെത്തി. അവിടെനിന്ന് കുറച്ചുകൂടി നടന്നാൽ ചെറിയ സ്കൂളിന്റെ മതിലുകാണാം.

മതിലിനു ചാരി റോഡരികിൽ വലിയ ഒരു മാവ് പടക്കാരം കെട്ടിനിൽപ്പുണ്ട്.

മണിയൻ മാവിന് മാവുമുത്തശ്ശൻ എന്നു പേരിട്ടു. നാലു

പേർ കൂടി പിടിച്ചാൽ എത്താത്ത വണ്ണമുണ്ട് മാവുമുത്തശ്ശന്. നിറയെ ശാഖകൾ. പഴക്കം കൊണ്ട് തടി വിണ്ടുകീറാൻ തുടങ്ങിയിരിക്കുന്നു. കൗളികളിലൊക്കെ പൊത്തുകളാണ്. പൊത്തുകളിലൊക്കെഅണ്ണാന്മാർ. പൊത്തുകളിലൊക്കെ പൊൻമകൾ. പുളിയുറുമ്പുകൾ...

മണിയൻ മാവുമുത്തശ്ശനെ നോക്കിനിന്നു.

ഹായ്, എത്രയെത്ര മാമ്പഴം തൂങ്ങിക്കിടക്കുന്നു.

മലഞ്ചെരുവിലെ പാടിയിൽ എത്തിയ കുളിർമ തോന്നി മണിയന്. മുത്തശ്ശൻ മുളങ്കാലുകൾ കുത്തിനിവർത്തി പ്ലാസ്റ്റിക് ഷീറ്റ് മതിലരികിൽ നിന്ന് വലിച്ചുകെട്ടി. മുമ്പ് ചോർച്ച തടയാൻ പാടിക്ക് മുകളിലൂടെ വിരിച്ചതായിരുന്നു ഷീറ്റുകൾ. ഒരാൾപൊക്കത്തിലുള്ള മതിലിൽനിന്ന് ഷീറ്റു കെട്ടിയപ്പോൾ കോയമുക്കയുടെ ചായിപ്പിനേക്കാൾ വലിപ്പമുള്ളതായി. ആരെയും പേടിക്കാതെ മാവുമുത്തശ്ശന്റെ തണലിൽ മഴയും വെയിലും കൊള്ളാതെ കിടക്കണം. മാവുമുത്തശ്ശനെപ്പോലെ എത്രകാലം വേണമെങ്കിലും...

ഇടക്ക് നിരത്തിലൂടെ ഇരമ്പിപ്പായുന്ന വാഹനങ്ങളുണ്ട്. തൊട്ടപ്പുറത്തെ വളവുതിരിഞ്ഞാൽ വാഹനങ്ങൾ നിലം തൊടാതെയാണ് ഇരമ്പിപ്പായുക.

അമ്മ എങ്ങോട്ടു പോയി ആവോ? അവൻ മുത്തശ്ശനോട് ഒന്നും ചോദിച്ചില്ല. എല്ലാവർക്കും ഇപ്പോൾ കടിച്ചുതിന്നാനുള്ള ദേഷ്യമാണ്. ഷെഡ്ഡിന്റെ മൂലയിൽ നിരത്തിലേക്ക് നോക്കിയിരിക്കുമ്പോൾ അതാ വരുന്നു പുള്ളിക്കുറിഞ്ഞി പൂച്ച. മണിയന്റെ എല്ലാ സങ്കടവും മാറി. ഇനി ആരില്ലെങ്കിലും കളിക്കാൻ പുള്ളിക്കുറിഞ്ഞിയുണ്ടല്ലോ. പുള്ളിക്കുറിഞ്ഞി എങ്ങിനെ ഇവിടെ എത്തി! അവൻ പൂച്ചയെ വാരിയെടുത്ത് മടിയിൽ വെച്ച് കൊഞ്ചിച്ചു.

കുറിഞ്ഞിപ്പൂച്ച അവന്റെ മുഖത്തുനോക്കി.

ആ കണ്ണുകളിൽ സന്തോഷത്തിന്റെ തിളക്കം.

"എന്നാലും നീ തിരഞ്ഞു പിടിച്ചുവന്നല്ലോ കുറിഞ്ഞീ. ഏട്ടൻ എത്ര തിരഞ്ഞു നിന്നെ."

അവരുടെ സംഭാഷണം തുടരുമ്പോൾ പുറത്ത് തിരഞ്ഞെടുപ്പ് കോലാഹലങ്ങൾ ഉയർന്നു. റോഡുഷോയും സ്ഥാനാർത്ഥിയുടെ പര്യടനവും. എത്ര വാഹനങ്ങളാണ്! കൊടിതോരണങ്ങൾ. ചെണ്ടമേളം. ഹായ് എന്തു രസം.

മുത്തശ്ശൻ അതൊന്നും ശ്രദ്ധിക്കുന്നില്ല. ഈ മുത്തശ്ശന് എന്തു പറ്റി? അമ്മയുടെ കീറിപ്പാറിയ സാരികൊണ്ട് ഷെഡ്ഡിനു ചുറ്റും മറയ്ക്കുകയാണ് മുത്തശ്ശൻ. ഇരിക്കാനും കിടക്കാനും പ്രത്യേക സ്ഥലം ഉണ്ടാക്കിയിരിക്കുന്നു.

തെരഞ്ഞെടുപ്പ് വണ്ടികൾ ആർപ്പുവിളിച്ച് റോഡ് നിറഞ്ഞു കവിഞ്ഞ് പോയി. ഏറ്റവും പിന്നിലെ വാഹനത്തിലുള്ളവർ മുത്തശ്ശന്റെ മുന്നിൽ വണ്ടി നിർത്തി.

നേതാവ് ആണെന്നു തോന്നുന്നു. മുത്തശ്ശനോട് എന്തൊക്കെയോ ചോദിച്ചറിഞ്ഞു. മൂന്നു കാര്യം അവന് മനസ്സിലായി, വീടില്ല, സ്ഥലമില്ല, വോട്ട് ഇവിടെ ഇല്ല.

മുത്തശ്ശൻ ആവശ്യപ്പെട്ടതെല്ലാം ചെയ്യാമെന്നു പറഞ്ഞാണ് അവർ വണ്ടിയിൽ കയറിയത്.

കാക്കകൾ കൂടുവെക്കുംപോലെ പലതരം വസ്തുക്കൾ പെറുക്കി ഒപ്പിച്ച് മുത്തശ്ശൻ ഒരു കൂര ഉണ്ടാക്കിയിരിക്കുന്നു. കുറിഞ്ഞിപ്പൂച്ചക്കും സന്തോഷമായി.

അവൾ മണിയന്റെ മടിയിലും അടുപ്പുകൂട്ടിയിടത്തുമെല്ലാം ഇരുന്നും കളിച്ചും സമയം പോയതറിഞ്ഞില്ല.

ചില പക്ഷികളും അവരുടെ താമസസ്ഥലത്തിനു ചുറ്റും കൊത്തിപ്പെറുക്കി.

പഴയ സാധനങ്ങൾ ചുമന്ന് എവിടെയൊക്കെയോ ചെന്ന് ആരോടൊക്കെയോ യാചിച്ച് ചിലരോട് പൊട്ടിത്തെറിച്ച് അമ്മയും മാവുമുത്തശ്ശന്റെ തണലിലെത്തി. അമ്മ ചുറ്റും ഒന്നു നോക്കി സംതൃപ്തിയോടെ പഴയ സാധനങ്ങളുടെ കെട്ട്

താഴെവെച്ചു. അതിൽ സൂക്ഷിച്ചുവെച്ചിരുന്ന ഒരു പൊതി ച്ചോറ് എടുത്ത് പുറത്തുവെച്ചു. "എല്ലാ കറികളും ഒന്നിച്ചാണ്. ഒരു കല്യാണപ്പാർട്ടിയുടെ അടുക്കളയിൽനിന്ന് കാത്തിരുന്ന് കിട്ടിയതാ." മണിയൻ ചമ്രം പടിഞ്ഞിരുന്ന് ആർത്തിയോടെ ഉരുള ഉരുട്ടി.

മുത്തശ്ശനും മണിയനും വിശപ്പടക്കി പുറത്തിറങ്ങി. നിരത്തിൽ ഇടക്കിടെ വാഹനങ്ങളുടെ ഇരമ്പൽ. മാവിൻമുകളിൽ കാറ്റിന്റെ സംഗീതം. കിളികളുടെയും അണ്ണാന്മാരുടെയും ശബ്ദകോലാഹലങ്ങൾ. ആകെ ഒരിരമ്പം.

"അമ്മേ"

"എന്താടാ"

"വൈകുന്നേരം പഴയതു പെറുക്കാൻ നമുക്കൊന്നിച്ചു പോകാം."

"വേണ്ട. ഇനി മൂന്നാളും മൂന്നു വഴിക്കു പോകുക. വൈകുന്നേരംവരെ തെണ്ടിപ്പെറുക്കി കിട്ടിയതുമായി സന്ധ്യയ്ക്കു മുമ്പേ ഇവിടെ എത്തിയാൽ മതിയല്ലോ."

മണിയന് അതിഷ്ടമായി. ഒറ്റക്ക് വലിയ ആളുകളെപ്പോലെ തെരുവിലൂടെ പഴയതു പെറുക്കി നടക്കാം. സ്വന്തമായി നാലു കാശ് ഉണ്ടാക്കാം.

അവൻ സമ്മതിച്ചു.

അമ്മയ്ക്ക് പിന്നെയും സംശയമായി.

"എന്നാൽ വേണ്ട." അമ്മ എന്തോ ആലോചിച്ചുകൊണ്ട് പറഞ്ഞു.

ഏഴ്

മാവുമുത്തശ്ശന്റെ ചുവട്ടിൽ ഉച്ചവെയിലറിഞ്ഞില്ല. പുറത്ത് ഉച്ചച്ചൂടിൽ തിളച്ചുമറിയുന്ന പാതയിലൂടെ വാഹനങ്ങൾ ചീറിപ്പായുന്നു. മണിയൻ ചില വാഹനങ്ങളുടെ വേഗത കണ്ട് അന്തിച്ചുനിന്നു.

വീട്ടിനുള്ളിൽ കുറിഞ്ഞിപ്പൂച്ചയും മുത്തശ്ശനും എന്തോ കിന്നാരം പറയുന്നു. ചാഞ്ഞുകിടക്കുന്ന പ്ലാസ്റ്റിക് ഷീറ്റിൽ കാറ്റുപിടിച്ചുവലിച്ചു.

കയറിനു ബലമില്ലാഞ്ഞിട്ടാ, മുത്തശ്ശൻ രണ്ടു കയറുകൾ കൂട്ടിക്കെട്ടി. എന്നാലും വിടവിലൂടെ ആകാശം കാണാം. ഈ ആകാശം ഇടക്കിടെ മാറുന്നു.

ഇപ്പോ കാണാനെന്തൊരു ഭംഗി. മണിയൻ കൗതുകത്തോടെ നോക്കിയിരുന്നു.

മാവുമുത്തശ്ശൻ കാറ്റിൽ ഇളകി. എല്ലാ ഇലകളും കോമ്പലയായി നിൽക്കുന്ന മാങ്ങയും കാറ്റിലങ്ങനെ നൃത്തംവെക്കുന്നു. ഒരു പൊത്തിൽനിന്ന് മറ്റൊരു പൊത്തിലേക്ക് അണ്ണാനും ഒച്ചയിട്ട് പാഞ്ഞുകയറുന്നുണ്ട്.

“മണിയാ?”

“എന്താമ്മാ?”

“ഇന്ന് എവിടേക്കും പോണ്ട.”

“അതെന്താ, ഇന്ന് അരിക്കാശ് ഉണ്ടാക്കണ്ടെ?”

“അമ്മേന്റെ കുട്ടി ഒരു കാര്യം ചെയ്യ്. കുറച്ചുനേരം റോഡരികിൽ ചാക്കുവിരിച്ചങ്ങനെ കിടന്നോ? ആർക്കെങ്കിലും ദയ

തോന്നി എന്തെങ്കിലും ചില്ലറത്തുട്ടുകൾ ഇടാതിരിക്ക്യോ”

“പിരാന്ത് പറയല്ലമ്മ; ഇതിലേറെ എത്ര ദുരിതം കണ്ടോരാ, ആർക്കും ദയ തോന്നില്ല.”

“തർക്കുത്തരം പറയണ്ട, ഒരാള് ഇട്ടാ അടുത്താളും ഇട്ടാലോ, പറയണത് കേക്ക് ചെക്കാ.”

“അമ്മയ്ക്ക് പണിക്ക് പോയ്ക്കൂടെ!”

“നാടോടികൾക്കാരാടാ പണി തര്യാ”

“നമ്മളെ ആരെങ്കിലും വിശ്വസിക്ക്വോ?”

ഒടുവിൽ മണിയൻ സമ്മതിച്ചു. അമ്മ അവന്റെ പിഞ്ഞിയ കുപ്പായം അഴിപ്പിച്ചു. വയറുന്തി മെലിഞ്ഞൊട്ടിയ ദേഹത്തെ വാരിയെല്ലുകൾ ആർക്കും പെറുക്കിയെടുക്കാം. നെഞ്ചിൻകൂട് ആർക്കും കാണാവുന്ന വിധം അവനെ റോഡരികിൽ ചാക്കു വിരിച്ചു കിടത്തി. ആരോടും ഒന്നും പറഞ്ഞുകൂടാ. ഒരേ കിടത്തം. അവന്റെ ദേഹം കണ്ടാൽത്തന്നെ ആരും നോക്കിപ്പോവും. വികൃതമായ മനുഷ്യരൂപം.

ചാക്കിനടുത്ത് അവന്റെ തലക്കൽ വിരിച്ച വെള്ളത്തുണിയിൽ ആദ്യത്തെ ഒറ്റരൂപ വീണു. പിന്നേയും രണ്ടുമൂന്നെണ്ണം ചിതറിവീണു. കടകളിലേക്ക് സാധനങ്ങൾ വാങ്ങാൻ പോകുന്നവരുടെ മുഖത്തേക്ക് അവൻ ദയനീയമായി നോക്കി.

വെയില് മൂത്തു കനത്തു. വേനൽച്ചൂടിൽ അവൻ ഉരുകി. വിയർപ്പുചാലിൽ പ്രാണികൾ വന്നിരുന്നു. ആകാശത്തിന്റെ നിറം മങ്ങി. തെളിഞ്ഞ ആകാശം ചുവന്ന് പിന്നെ ഇരുണ്ട് കറുക്കുന്നതു നോക്കി മണിയൻ കിടന്നു.

അപ്പോഴും ചിലരൊക്കെ പോക്കറ്റിൽ തപ്പി ചില്ലറ തുട്ടുകൾ പെറുക്കിയിട്ടു.

ഒറ്റ രൂപ...

രണ്ടു രൂപ..

എട്ടണ...

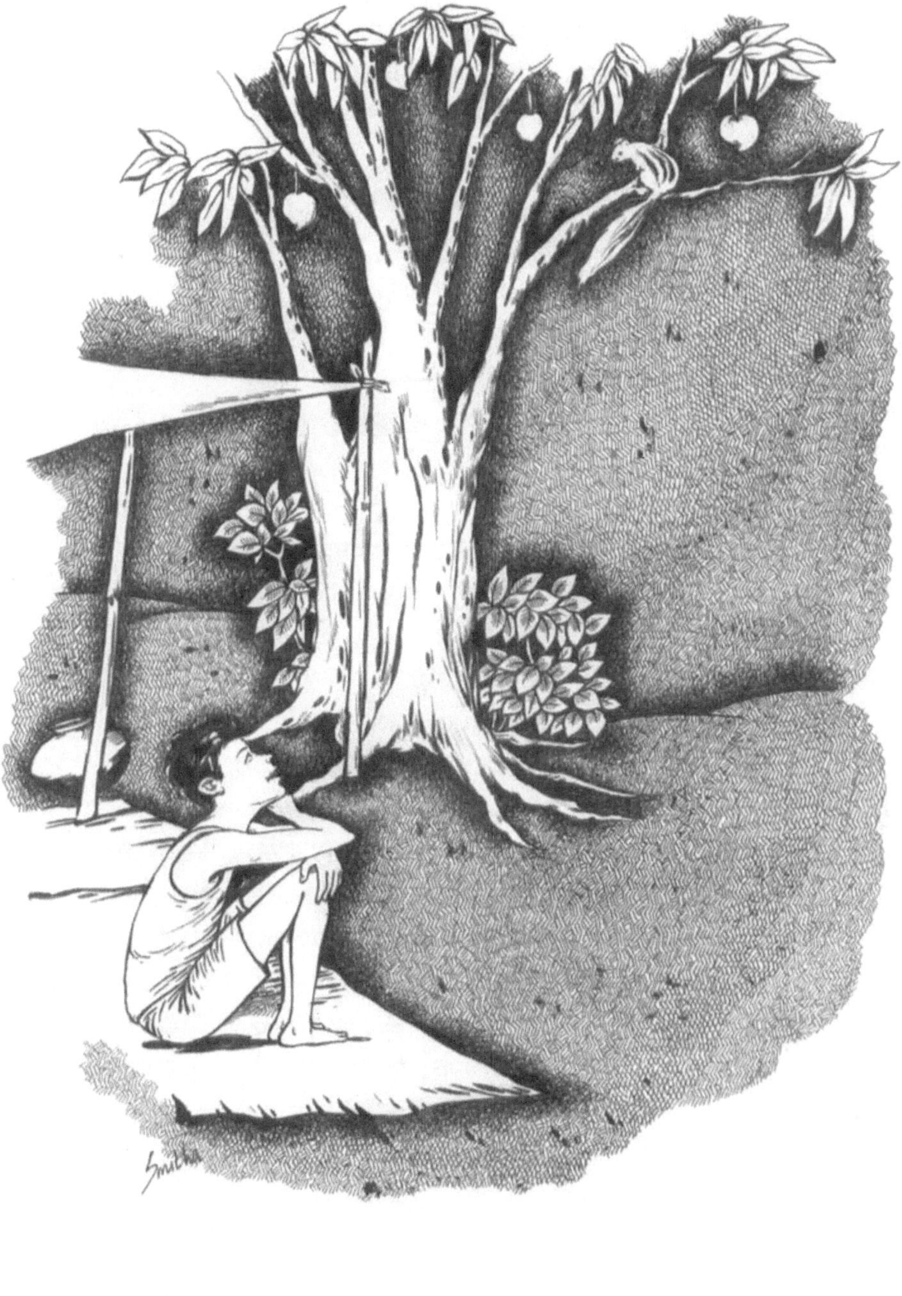

അതിനപ്പുറത്തേക്ക് ഒരാൾക്കും ഇടാൻ തോന്നിയില്ല. ചില രൊക്കെ സഹതാപത്തിന്റെ വാക്കുകൾ ഉതിർത്തു. ചില രൊക്കെ തട്ടിപ്പിന്റെ ഓരോ രീതികൾ എന്നുമൊഴിഞ്ഞു.

ഒന്നിനും പ്രതികരിച്ചില്ല.

മൗനമായ് മണിയൻ ഒരേ കിടത്തം.

ആകാശത്ത് നക്ഷത്രങ്ങൾ പിറന്നു. ഒപ്പം വിളക്കുകാ ലിലെ വെളിച്ചവും. കിടപ്പിന്റെ തളർച്ചയിൽ ഒന്നു കമിഴ്ന്നു കിടന്നപ്പോൾ അമ്മ അവനെ തട്ടിവിളിച്ചു.

“നീക്കടാ മണിയാ.”

അവൻ കണ്ണു തിരുമ്മി എഴുന്നേറ്റിരുന്നു.

“കോളടിച്ചെടാ. അമ്പത്തിരണ്ടു റുപ്യണ്ട്.”

‘തെന്നേ”

പഴയത് പെറുക്കി തെണ്ടിനടക്കുന്നതിനേക്കാൾ ഇതാ നല്ല ത്. ഒരു ചാക്ക് വിരിച്ച് കെടന്നാ മതിയല്ലോ.

അമ്മ അവനെയും കൂട്ടി ചില്ലറ പൊതിഞ്ഞ് അരയിൽ തിരുകി മാവുമുത്തശ്ശന്റെ ചുവട്ടിലെത്തിയപ്പോൾ പകൽപോലെ നിലാവ് പരന്നു.

“ഹായ് എന്തു വെളിച്ചാല്ലേ അമ്മാ”

ആകാശത്ത് നക്ഷത്രങ്ങൾ പൂത്തുലഞ്ഞു.

നിലാവിന്റെ പ്രഭയിൽ മാവുമുത്തശ്ശനെ കാണാൻ നല്ല ഭംഗിയുണ്ട്. മാവുമുത്തശ്ശന്റെ ചില്ലകളൊക്കെ നിശ്ശബ്ദമായി. ചേക്കേറാനുള്ള കിളികളൊക്കെ മൗനമായിരിക്കുന്നു. അണ്ണാ റക്കണ്ണന്മാരൊക്കെ പൊത്തിലൊളിച്ചുവോ. അതോ കൂട്ടി ലോ. മണിയന് മനസ്സിലായില്ല. മണിയൻ എത്തിയപ്പോൾ പുറത്തുതന്നെ കുറിഞ്ഞിപ്പൂച്ച കാത്തിരിപ്പുണ്ട്. അകത്തെ ത്തിയപ്പോൾ അവനെ തൊട്ടുരുമ്മി മടിയിൽ കയറി ഇരു ന്നു.

“മുത്തശ്ശാ.”

“എന്താ കുട്ട്യേ?”

"ഞങ്ങൾ വന്നു."

"പൈയ്ക്കുണ്ടുണ്ടാവൂല്ലേ; ഇബടെ ഒന്നൂല്ല. ഇന്നലെ അമ്മ കൊണ്ടുവന്നേലിനി ഒരു വറ്റുംല്ല."

"സാരല്ല മുത്തശ്ശാ, അമ്മ അരി വാങ്ങാൻ പോയിരിക്കുന്നു."

"ഈ നേരത്തോ."

"അതിനെന്താ നല്ല നിലാവില്ലേ"

മുത്തശ്ശൻ പിന്നെയും കൂനിക്കൂടി ഇരുന്നു.

മണിയനേക്കാൾ വിശപ്പ് മുത്തശ്ശനുണ്ടെന്ന് അവന് മനസ്സിലായി. വിശന്നാൽ മുത്തശ്ശൻ അങ്ങനെയാണ്. കുനിഞ്ഞ് ഒരേ ഇരിപ്പ്. അത് കണ്ടാൽ മണിയന് എന്തെന്നില്ലാത്ത സങ്കടം വരും.

മുത്തശ്ശന്റെ അടുത്തുതന്നെ മൊബൈൽഫോൺ ഇരിപ്പുണ്ട്. മണിയൻ അതെടുത്ത് സമയം നോക്കി. ഇതിലേക്ക് ആരും ഇതുവരെ വിളിക്കുന്നത് അവൻ കേട്ടിട്ടില്ല. മുത്തശ്ശനും ആരെയും വിളിക്കുന്നത് മണിയനും കണ്ടിട്ടില്ല.

ആരും ഇല്ലാത്തവരെ ആരാണല്ലേ വിളിക്കുക. ഫോണിലെ സമയസൂചിയും ടോർച്ചുമാണ് ആകെ ഉപയോഗിക്കാറുള്ളത്.

"എനിക്കും വല്ലാതെ വിശക്കുന്നു മുത്തശ്ശാ."

"അമ്മ വരട്ടെ."

"ഈ അമ്മ എപ്പഴാ വരാ."

അവൻ പുറത്ത് നിലാവിലേക്കിറങ്ങി. നിരത്ത് വിജനമാണ്. അപ്പുറത്ത് വലിയ കുന്ന് ഇടിച്ചുനിരത്തി തീരാറായിരിക്കുന്നു. നിലാവിൽ അതിന്റെ ഒരു ഭാഗം മാത്രം കാണാം.

മാവുമുത്തശ്ശനും ഉറങ്ങിയിരിക്കുന്നു. ഒരനക്കവുമില്ലാതെ. മണിയൻ മാവുമുത്തശ്ശന്റെ മുകളിലേക്ക് നോക്കി. ഒരു കിളി മാത്രം ഉറങ്ങാതെ ഇരിപ്പുണ്ട്. ഒരു മഞ്ഞക്കിളി. അത് ആരെയോ കാത്തിരിക്കുകയാവും. മണിയന്റെ അതേ സങ്ക

ടം.

"മഞ്ഞക്കിളിയേ"

മണിയൻ വിളിച്ചു.

ഒന്നല്ല മൂന്നു തവണ. കിളി പതുക്കെ ഒരു ചില്ലയിൽനിന്ന് മറു ചില്ലയിലേക്കിരുന്നു.

"എനിക്ക് വിശക്കുന്നു. അമ്മ ഇതുവരേയും വന്നില്ല. ഒരു പഴുത്ത മാമ്പഴം കൊത്തിയിട്ടുതായോ. എനിക്കൊരു മാമ്പ ഴം..."

ആകാശത്ത് നക്ഷത്രം പുഞ്ചിരിച്ചു. പൂർണചന്ദ്രൻ മാവു മുത്തശ്ശനെ തഴുകി. മാവിൻകൊമ്പ് ഇളകിയാടി. ഇലച്ചാർത്തി നുള്ളിൽ നിന്ന് ഒരു മാമ്പഴം താഴേക്കുതിർന്നു. മണിയൻ അത് ഓടിച്ചെന്ന് എടുത്തു. പഴുത്ത മാങ്ങയിൽ രണ്ട് എണ്ണം കൊത്തിയിട്ടിരിക്കുന്നു. ഉള്ള് ചുമന്ന് പുറത്തേക്ക് വന്നു.

"മുത്തശ്ശാ, തിന്നോളൂ... ഇതാ മാമ്പഴം."

"മണിയൻ കഴിച്ചോളൂ. എനിക്ക് പകുതി മതി."

അവൻ ആർത്തിയോടെ പഴുത്ത മാമ്പഴം കടിച്ചീമ്പി മഞ്ഞക്കിളിയെ കണ്ട കഥ കുറിഞ്ഞിപ്പൂച്ചയോട് പറഞ്ഞു കൊണ്ടിരുന്നു.

എട്ട്

അസ്തമയത്തിന്റെ നിറം മങ്ങി. സന്ധ്യ പുറംപോക്കിലേക്ക് കടന്നുവന്നു. ചിമ്മിനിവിളക്കിൽ എണ്ണയില്ല. ഉള്ള ചിമ്മിനിവെട്ടവും കണ്ണുചിമ്മി. മണിയന് ആകെ സങ്കടം പെരുത്തു. ഇന്നാണെങ്കിൽ പഴയതു പെറുക്കാനും പോയില്ല. അതിനും ഒരു രസമുണ്ട്. ചിലരുടെ ആട്ടും തുപ്പും തെറിയും കേൾക്കാം. ചിലരുടെ ചക്കരവർത്തമാനവും സ്നേഹപ്രകടനവും അതിലേറെ ബുദ്ധിമുട്ടിക്കാറുണ്ട്. കള്ളന്മാരും പിടിച്ചുപറിക്കാരുമെന്നൊക്കെ പറയുന്നവരുമുണ്ട്. പിറകെക്കൂടി ആട്ടിയോടിക്കാനും മടിക്കാത്തവരുണ്ട്. എന്നാലും മണിയന് നേരം പോണതറിയില്ല. മണിയനെ ആരെന്തു പറഞ്ഞാലും മണിയൻ തിരിച്ചൊന്നും പറയാറില്ല.

അത് മുത്തശ്ശന്റെ ഉപദേശമാണ്. ഗാന്ധിയപ്പൂപ്പൻ അങ്ങനെയായിരുന്നുവത്രേ. ഒരു കവിളത്ത് അടി കിട്ടിയാൽ സഹിച്ച് മറ്റേ കവിളും കാണിച്ചുകൊടുക്കുന്ന വലിയ മനുഷ്യൻ. ഗാന്ധിയപ്പൂപ്പനെയൊക്കെ മനസ്സിലാക്കിയ ആരെങ്കിലുമുണ്ടോ ഇന്ന് നാട്ടിൽ. മുത്തശ്ശനുള്ളതുകൊണ്ട് ആ കഥയൊക്കെ മണിയന് കിട്ടി. മുത്തശ്ശന് അറിയാത്ത കഥകളില്ല. അറിയാത്തതായി ഒന്നുമില്ല. എന്നിട്ടും ഒരു പാവം.

മണിയൻ നിരത്തിലെ അരണ്ട വെളിച്ചത്തിലേക്ക് നോക്കിയിരുന്നു. ദൂരെ ഓരോ ആളനക്കവും അവൻ ആകാംക്ഷയോടെ കണ്ടു. ഈ അമ്മ എന്തു ചെയ്യുകയാണാവോ? ഇത്ര

യൊന്നും വൈകാറില്ല.

ഒരിക്കൽ മണിയൻ ഇതുപോലെ അച്ഛനെ കാത്തിരുന്നിട്ടുണ്ട്. എത്ര നേരം. ആ കാത്തിരിപ്പ് ദിനങ്ങളായി മാസങ്ങളായി. ഇപ്പോൾ മൂന്നാലു വർഷവും പിന്നിട്ടു. അതോർക്കുമ്പോൾ ദേഹം മുഴുവൻ തളരുന്നതുപോലെ തോന്നി അവന്. ശബ്ദം തൊണ്ടയിലെവിടെയോ പോയി ഒളിച്ചതുപോലെ.

പാടിയിലാവുമ്പോ എല്ലാ രാത്രികളിലും അച്ഛൻ മദ്യപിച്ചാണ് എത്തിയിരുന്നത്. ചില ദിവസങ്ങിലൊഴികെ അടിയും തൊഴിയും തെറിയുമായിരുന്നു വീട്ടിൽ.

എന്നാലും മണിയന് അച്ഛനെന്നാൽ ജീവനായിരുന്നു. അവന് പ്രിയപ്പെട്ട മിഠായിയും ഉടുപ്പുകളും അച്ഛനാണ് കൊണ്ടുവന്നിരുന്നത്.

ഒരുദിവസം അവന് ഒരു ജോഡി പുത്തൻ ഉടുപ്പുകൾ കൊടുത്ത് കവിളിൽ ഒരുപാട് ഉമ്മകളും സമ്മാനിച്ചു. പതിവില്ലാതെ അവനോടൊപ്പം കുട്ടികളെപ്പോലെ കളിച്ചു. കൊഞ്ചിച്ചു. പതിവില്ലാതെ അമ്മയ്ക്കും ഒരു സമ്മാനപ്പൊതി. അതിൽ ഒരു പട്ടുസാരിയായിരുന്നു. വീട്ടിൽ ആഹ്ലാദം പൂത്തുലഞ്ഞു. അമ്മയുടെ കണ്ണുകളിൽ ആനന്ദത്തിന്റെ കണ്ണുനീർ പൊടിഞ്ഞു.

ഭക്ഷണം കഴിച്ചാണ് അച്ഛൻ വൈകുന്നേരം എത്തുമെന്ന് പറഞ്ഞ് വീട്ടിൽനിന്നു പോയത്. പിന്നെ ഇന്നേവരെ ഒരു വിവരവുമില്ല.

അച്ഛൻ വാങ്ങിച്ചുതന്ന ട്രൗസറിന് ഇറക്കം കുറഞ്ഞു. കുടുക്കുകൾ പൊട്ടി. എന്നാലും അച്ഛൻ തന്ന ഉടുപ്പിടുമ്പോൾ ഒരു സന്തോഷമാണ്.

രാത്രി കനത്തു. നിരത്തിൽ വാഹനങ്ങളുടെ ഇരമ്പിപ്പാച്ചൽ കുറഞ്ഞു. ആകാശത്ത് കാർമേഘങ്ങൾ ഇരുണ്ടു. രാത്രിവെളിച്ചം കുറഞ്ഞു.

Smitha

അമ്മ ഇനിയും വന്നില്ല.

വലിയ ഒരു മഴക്കോളു വരുന്നു. മാവിൻ മുകളിൽ ഇലകളുടെ മർമ്മരം. പതിവില്ലാതെ കിളികളുടെ ആർപ്പുവിളി.

അവരെല്ലാം പഴുത്ത മാങ്ങക്ക് ബഹളം കൂട്ടുകയാവും. ചിലപ്പോൾ കൊത്തി കൊത്തി താഴെയിട്ടിട്ടുണ്ടാവും.

മണിയൻ മാവിൻ ചുവട്ടിലെ കുടിലിനു പുറത്ത് കടന്നില്ല. അവിടെ മുഴുവൻ ഇരുട്ട് കനത്തു തുടങ്ങിയിരുന്നു. നിരത്തിൽ അല്പം അകലെയായി സ്ട്രീറ്റ് ലൈറ്റ് കത്തുന്നുണ്ട്. അവിടേക്കാണ് മണിയന്റെ കണ്ണുകൾ. സാരിത്തലപ്പുകൊണ്ട് തലമൂടിയ സ്ത്രീകളെയും തലയിൽ ചാക്കും, ഒക്കത്ത് കുട്ടിയുമുള്ള അമ്മമാരേയും അവൻ കണ്ടു. അക്കൂട്ടത്തിലൊന്നും അമ്മയെ കാണാനില്ല.

പുറത്ത് ഇരുട്ടു തന്നെ.

ഒരു തരത്തിൽ പേടിപ്പെടുത്തുന്ന ഇരുട്ട്.

നിലാവും നക്ഷത്രങ്ങളും കെട്ടുപോയിരിക്കുന്നു.

ഇങ്ങനെ ഒരു രാത്രി മണിയൻ കണ്ടിട്ടില്ല. അമ്മയുടെ അടുത്തേക്ക് എങ്ങനെയെങ്കിലും എത്തണമെന്ന് തോന്നി. ഈ ഇരുട്ടിലൂടെ എങ്ങനെയാണ് പോവുക? എവിടേക്കാണ് പോവുക!

അവൻ അകത്തേക്ക് പോയി. ഇരുട്ടിൽ മുത്തശ്ശന്റെ ശ്വാസം വലി മാത്രം കേൾക്കാം. ഒരു മൂലയിൽ കൂനിക്കൂടി ഇരിക്കുകയാണ്.

“മുത്തശ്ശാ.”

“എന്താ?”

“എവിടെയാ ഇരിക്കുന്നേ.’

“ഞാനീ പാത്രങ്ങൾക്കരികിൽ.’

അവൻ ഇരുട്ടിലൂടെ തപ്പിത്തടഞ്ഞ് മുത്തശ്ശനെ കണ്ടുപിടിച്ചു. ആ കൈകൾ മുറുകെ പിടിച്ച് മുത്തശ്ശന്റെ കാൽച്ചുവട്ടിലിരുന്ന് അവൻ ചോദിച്ചു.

"എന്താ മുത്തശ്ശാ അമ്മയെ കാണാത്തത്?"

"അവൾ വരും. പട്ടണത്തിലേക്ക് പോവുമെന്ന് പറഞ്ഞിരുന്നു."

"അവിടെ ഇത്ര നേരം എന്താ?"

"എന്തെങ്കിലും പണിയുണ്ടാവും."

രാത്രി ഒരുപാടായി. അവൻ നെടുവീർപ്പോടെ മുത്തശ്ശനെ ചാരി ഇരുന്നു. മുകളിൽ മാവിൻചില്ലകളിൽ കാറ്റിന്റെ മർമരം. കിളികളും അണ്ണാനും നിശ്ശബ്ദമാണ്. അവരൊക്കെ ഉറങ്ങാൻ തുടങ്ങീട്ടുണ്ടാവും.

പുറത്ത് കട്ടപിടിച്ച ഇരുട്ടിലൂടെ കീറിമുറിച്ച് ഒരു വെളിച്ചക്കീറ്. വിജനമായ നിരത്തിലൂടെ അത് അടുത്തുവന്നു.

അത് അമ്മയാവണേ.

അവൻ പ്രാർത്ഥിച്ചു.

അവന്റെ കണ്ണുകൾ കൂമ്പി.

"എടാ ചെക്കാ, മണിയാ."

അവൻ ആഹ്ലാദത്തോടെ എഴുന്നേറ്റു.

അമ്മ... അമ്മ...

അവൻ അമ്മയെ കെട്ടിപ്പിടിച്ചു. ഉമ്മവെച്ചു.

തേങ്ങിത്തേങ്ങി കരഞ്ഞു.

"എന്താടാ ചെക്കാ ത്?"

"ഒന്നൂല്ലമ്മാ."

"കരയണ്ട ഈ മെഴുകുതിരി കത്തിച്ചുവെക്ക്."

അമ്മ, പായ്ക്കറ്റ് മെഴുകുതിരി അവന്റെ കൈയിൽ കൊടുത്തു. ഷെഡ്ഡിനകത്ത് പ്രകാശം നിറഞ്ഞു. വെളിച്ചത്തിന്റെ വെളിച്ചത്തിൽ മാവിൻ മുകളിൽ പക്ഷികൾ ഉണർന്നു. അണ്ണാൻകൂട്ടം ബഹളം വെച്ചുകൊണ്ടിരുന്നു.

"ഹൊ, ഇവറ്റയെക്കൊണ്ട് ഒരു തൊയിരക്കേട്. നാളെ ഈ മരച്ചോട്ടിൽ നിന്നു മാറണം. സ്ഥലം ഞാൻ കണ്ടിട്ടുണ്ട്."

"വേണ്ടമ്മാ."

“ഞാനീ കിളികളോട് വിശക്കണൂന്ന് പറഞ്ഞപ്പോ എനിക്ക് പഴുത്ത മാമ്പഴം പറിച്ചിട്ടുതന്നു. രണ്ടെണ്ണം. അതുകഴിച്ചിട്ടാ ഞാനും മുത്തശ്ശനും കിടന്നത്.”

ഇപ്പോ മാവിൻ ചില്ലകളിൽ കൂടുകൂട്ടിയ കിളികളൊക്കെ എന്റെ കൂട്ടുകാരാ. ഈ മാവും അതിലെ ഇലകളും പഴങ്ങളും പൊത്തിലെ അണ്ണാന്മാരും ഉറുമ്പുകളും മൈനയും കുയിലും എന്റെ കൂട്ടുകാരാ... വലിയ മാളങ്ങളുണ്ട് ഈ മാവിൻചോട്ടിൽ. അതിലൊക്കെ ആരൊക്കെയോ ഉണ്ട്. അവരാരും നമ്മളെ ഉപദ്രവിക്കാൻ വന്നിട്ടില്ലല്ലോ.

“നീ എന്തൊക്കെടാ പറയണ്?”

പഴുത്ത മാമ്പഴത്തിന്റെ മണമുള്ള രാത്രി. മണിയൻ എഴുന്നേറ്റിരുന്നു. മണിയൻ പ്ലാസ്റ്റിക് മറയുടെ വിടവിലൂടെ ആകാശം കണ്ടു. അവിടെ നിലാവും നക്ഷത്രങ്ങളും പൂത്തുലഞ്ഞു. പഴുത്ത മാമ്പഴത്തിന്റെ മണമുള്ള രാത്രിയെ അവ നിഷ്ടമായി. നക്ഷത്രങ്ങളെ കണ്ട് മണിയൻ അമ്മയോടൊപ്പം ഉറങ്ങാൻ കിടന്നു.

ഒമ്പത്

പ്രഭാതത്തിൽ മാവിൻമുകളിലെ ആരവം കേട്ടാണ് മണിയൻ ഉണർന്നത്. മണിയന് ഹരം പിടിപ്പിക്കുന്നതായിരുന്നു അവരുടെ ആരവം.

ഇളംവെയിലിലേക്ക് നോക്കി കിളികൾ എന്തൊക്കെയോ പറയുന്നു.

അതാ... രാവിലെ തന്നെ അവർ നാലു മാമ്പഴം കൊത്തിയിട്ടിരിക്കുന്നു. അണ്ണാൻകുഞ്ഞുങ്ങളാണ് മരക്കൊമ്പിലിരുന്ന് വല്ലാതെ ഒച്ചവെക്കുന്നത്. മാമ്പഴം പങ്കുവെച്ചതിലെ തർക്കങ്ങളാവും. മണിയൻ ഊഹിച്ചു. മണിയൻ കിളികളുടേയും അണ്ണാൻ കുഞ്ഞുങ്ങളുടേയും വാദകോലാഹലങ്ങളിൽ മുഴുകിയിരിക്കുമ്പോൾ ഒരു വെളുത്ത കാറ് നിരത്തിൽ നിന്ന് മാവിൻചുവട്ടിലേക്ക് തിരിഞ്ഞുനിന്നു.

കാറിന്റെ വാതിൽ തുറന്നപ്പോൾ ഒരു കൊട്ട തണുപ്പ് അവനെ പൊതിഞ്ഞു. രണ്ടുപേർ നേരെ മാവിൻചുവട്ടിലേക്ക് നടന്നു. ടാപ്പഴിച്ച് മരത്തിന്റെ വണ്ണം അളന്നു തിട്ടപ്പെടുത്തി. അളവെടുപ്പ് കഴിഞ്ഞപ്പോൾ വലിയ സന്തോഷമായിരുന്നു അവരുടെ മുഖത്ത്.

“ഈ ഷെഡ്ഡ് ആരുടേതാ?”

“ഇതു ഞങ്ങളുടെ വീടാണ്.”

“വീടോ, ഇതോ, ഇവിടെയോ?”

“അതെ, ഞങ്ങളുടേതാ.”

"നാടോടികളാണല്ലേ."

"അല്ല മനുഷ്യരാണ്."

"എന്താടാ പൊടി പിള്ളയാവുമ്പോൾ തന്നെ ഇങ്ങനെ?"

"നീ തനിച്ചാ?"

"അല്ലാ?"

"അവരെ വിളി."

"ഇതൊക്കെ മാറ്റിക്കൊള്ളണം. ഇത് പൊതുസ്ഥലമാണ്. ഇവിടെ കുടിൽ കെട്ടി താമസിക്കാനുള്ളതല്ല."

"പോകാവേ" - മുത്തശ്ശൻ പറഞ്ഞു.

"ഞങ്ങൾ ഇപ്പോത്തന്നെ ഇറങ്ങാം." അമ്മ യാചനയോടെ അവരെ നോക്കി.

"ഞാൻ സമ്മതിക്കൂലാ." മണിയൻ ഒച്ചവെച്ചു.

"എന്താടാ മിണ്ടാതിരി." അമ്മ അവനെ ശാസിച്ചു.

"എന്താ പൊടിപ്പിള്ളരിങ്ങനെ?"

"തെരുവു തെണ്ടികളാവുമ്പോ അതല്ലേ സ്വഭാവം കാണിക്കൂ."

വന്നവർ കൂട്ടച്ചിരി ചിരിച്ച് വണ്ടി സ്റ്റാർട്ട് ചെയ്തു.

അവർക്ക് പിറകെ അവനും നിരത്തിലൂടെ തൊട്ടടുത്ത കലുങ്കിനു താഴേക്കിറങ്ങി ട്രൗസറഴിച്ചു. ഒന്നും രണ്ടും സാധിച്ച് ഇത്തിരി വെള്ളത്തിന് പാടുപെട്ടു. പുറത്തുവന്നു മുകളിലത്തെ ടാപ്പിലും നോക്കി. ഒരു തുള്ളി വെള്ളമില്ല. തൽക്കാലം പഴയ ന്യൂസ് പേപ്പർ കൊണ്ട് ശേഷിച്ചതും സാധിച്ച് അവൻ ഷെഡ്ഡിലേക്ക് പോന്നു.

"അമ്മാ, ഇന്നലെ നമ്മൾ വെള്ളം എടുത്ത ടാപ്പിലും വെള്ളമില്ല."

"ഇനി രണ്ടു ദിവസം കഴിഞ്ഞിട്ടു നോക്കിയാൽ മതി. ആർക്കാ അറിയാ എപ്പൊ വരും എപ്പൊ പോവുമെന്നൊക്കെ."

ഇപ്പോൾത്തന്നെ പൈപ്പിനു ചുവട്ടിൽ പാത്രങ്ങളുടെ നിര

ഉണ്ടായിത്തുടങ്ങി. വരിവരിയായി നീലയും പച്ചയും ചോപ്പും മഞ്ഞയും നിറമുള്ള പ്ലാസ്റ്റിക് പാത്രങ്ങൾ. ഒരു നൂലിൽ കോർത്തതുപോലെ.

പുഴകളും തോടുകളുമൊക്കെ വറ്റിത്തുടങ്ങി. ഉള്ള വെള്ളത്തിൽ മാലിന്യങ്ങൾ നിറച്ചതുകൊണ്ട് ദുർഗന്ധമാണ്. മുത്തശ്ശൻ ഷെഡ്ഡിനകത്ത് ചെറിയ ചുള്ളിക്കമ്പുകൾ മുറിച്ച് അടുക്കുകയാണ്. മണിയൻ മുത്തശ്ശന്റെ അടുത്ത് ചെന്ന് പതിഞ്ഞ സ്വരത്തിൽ പറഞ്ഞു.

"മുത്തശ്ശാ."

"മ്ഉം"

"മാമ്പഴം ബാക്കീണ്ട് വേണോ?"

"വേണ്ട മോനേ."

"എന്നാ ഞാനെടുക്കട്ടെ."

"മ്ഉം"

മണിയന് ഒറ്റ മാമ്പഴം മതി ഒരു ദിവസത്തിന്. പട്ടിണി കിടക്കാതിരിക്കാൻ ഈ കിളികളാ നമ്മളെ സഹായിക്കണ്. അവൻ മാങ്ങ കടിച്ചീമ്പി മാവിൻ ചുവട്ടിലിരുന്നു. അപ്പോൾ സ്കൂൾ വാഹനങ്ങൾ വന്നുതുടങ്ങിയിരുന്നു. അമ്മ സാരിയൊന്ന് പുറം മാറ്റിയുടുത്ത് തലയിൽ നറയെ ഇന്നലത്തെ മുല്ലപ്പൂക്കൾ ചൂടിക്കൊണ്ട് അവനെ വിളിച്ചു.

അവൻ ഓടിച്ചെന്നു.

"വാഹനത്തിൽ കുട്ടികൾ വന്നിറങ്ങുമ്പോൾ വയറ്റത്തടിച്ച് പാട്ടുപാടി കൈനീട്ടിയാൽ അന്നത്തിനുള്ളതൊക്കും."

അവനു വല്ലാത്ത മടി തോന്നി.

അമ്മ മുല്ലപ്പൂ ചൂടി പട്ടണത്തിലേക്ക് പുറപ്പെട്ടപ്പോൾ അവൻ ചോദിച്ചു.

"പഴയതു പെറുക്കാൻ ഞാനും പോരട്ടെ?"

'വേണ്ട."

"ഞാൻ പറഞ്ഞതു ചെയ്തോ. സ്കൂൾ പടിയിൽ പറ്റില്ലേ

ങ്കിൽ കവലയിലോ മറ്റെവിടെയെങ്കിലും പോയി പള്ളയിൽ കൊട്ടിപ്പാടി അരിക്കാശ് ഉണ്ടാക്ക്."

വാടിയ പൂക്കളുടെ മണം അവന് അസഹ്യമായി തോന്നി. അമ്മ പുറത്തിറങ്ങിയപ്പോൾ അവൻ വയറ്റത്തടിച്ച് പാടാൻ തുടങ്ങി.

"എന്നടീ... റാക്കമ്മ... വല്ലാതെ..."

പാട്ടിന്റെ ശബ്ദം മാവിൻ മുകളിൽ കിളികൾ തിരിച്ചറിഞ്ഞു. അവൻ ഒന്നിച്ചുകൂടി. ഒന്നിച്ചു പാടി. കാറ്റ് വന്ന് മരച്ചില്ലകൾ ഇളക്കി താളംപിടിച്ചു.

"അടീ എന്നടീ... രാക്കമ്മാ..."

ട്രൗസർ വലിച്ചുമുറുക്കി കെട്ടി മണിയൻ നിരത്തിലൂടെ നടന്ന് നഗ്നമായ വയറും മാറിടവും മാലോകരെ കാണിച്ചു. ഗ്രഹണി പിടിച്ച വയറിന്റെ ഇരുപുറത്തും കൊട്ടിപ്പാടി സ്കൂൾ പരിസരത്ത് അപരിചിതനായി.

കുട്ടികൾ കൗതുകത്തോടെ അവനെ നോക്കി.

ഒരു രക്ഷിതാവ് കുട്ടിയെ അവന്റെ അടുത്തുനിന്ന് മാറ്റി നിർത്തി.

സ്കൂൾ പടിക്കൽ കുട്ടികൾ അവനു ചുറ്റും നിറഞ്ഞു. അവർ പാട്ടിനൊപ്പം കയ്യടിച്ചു. ആർപ്പു വിളിച്ചു.

"നിന്നെ സ്കൂളിലയക്കുന്നത് ഈ തെണ്ടി പിള്ളാരുടെ കോപ്രായം കാണാനല്ല." ഒരു രക്ഷിതാവ് കൂട്ടത്തിൽനിന്ന് കുട്ടിയെ വലിച്ചുകൊണ്ടുപോയി. കുട്ടികളെല്ലാം ചിന്നിച്ചിതറി. റോഡരികിൽ മണിയൻ മാത്രം ബാക്കിയായി. അവന്റെ കയ്യിൽ ചില്ലിക്കാശുപോലും വീണില്ല. കുട്ടികളുടെ അടുത്ത് അവൻ കൈനീട്ടിയില്ല. ഒന്നും സംഭവിക്കാത്തതുപോലെ അവൻ കവലയിലേക്ക് നടന്നു.

കവലയിൽ കണ്ണാടിക്കൂടിട്ട ഒരു ഹോട്ടലിനു മുന്നിൽ മണിയൻ യാചനയോടെ നിന്നു. കാശു വാങ്ങുന്ന ആൾ ഒരു താടിക്കാരനാണ്. ആ മുഖത്തെ തിളങ്ങുന്ന കണ്ണുകൾ

അവന്റെ മുഖത്ത് പതിഞ്ഞു.

"ഉം"

"ഒരു പണി തരോ?"

"കുട്ട്യോൾക്ക് ഇവിടെ പണി ഇല്ല."

"വയ്യാത്ത ഒരു മുത്തശ്ശനും അമ്മയുമുണ്ട്... പ്ലീസ്."

അവൻ തേങ്ങിത്തേങ്ങി കരഞ്ഞു.

"പുരുഷോ"

"പ്രായം ചെന്ന ഒരാൾ വന്നു."

"പാത്രം കഴുകുന്നിടത് എത്ര പേരുണ്ട്?"

"ഇന്നൊരാളേ വന്നുള്ളൂ."

"ജബ്ബാറോ?"

"നാട്ടിൽ പോയി."

"ചെക്കാ എന്താ അന്റെ പേര്?"

"മണിയൻ."

"രാത്രി ഇവിടെ നിക്കാൻ പറ്റില്ല. പകല് പാത്രം കഴുകിക്കോ."

മണിയൻ സമ്മതം മൂളി. അവൻ കൂലി ചോദിച്ചില്ല. ഒന്നും പറഞ്ഞില്ല. എന്നാലും വിശക്കുമ്പോൾ നേരത്തിന് അന്നം കിട്ടുമല്ലോ.

"രാവിലെ ആറു മണിക്ക് എത്താൻ പറ്റോ?"

"പറ്റും."

മണിയൻ അയാളോടൊപ്പം ഹോട്ടലിന്റെ പിന്നാമ്പുറത്തേക്കു പോയി. ഹോട്ടലിന്റെ പിറകിലെ ചായിപ്പിൽ മണിയനേക്കാൾ ഉയരത്തിലാണ് എച്ചിൽ പാത്രങ്ങൾ. അവൻ ഓരോന്നായി കഴുകി തുടങ്ങിയപ്പോൾ മുതലാളി വന്ന് എത്തിനോക്കി.

"ചെക്കന് പണി അറിയോ?"

"അറിയും."

അവൻ പ്ലേറ്റുകൾ ഓരോന്നായി കഴുകി കമിഴ്ത്തുമ്പോൾ

അതിനനുസരിച്ച് കുമ്പാരമായി എച്ചിൽ പാത്രങ്ങൾ.

നേരം ഉച്ച തിരിഞ്ഞു.

പകൽ ചുവന്നു.

മണിയൻ പാത്രം കഴുകി തളർന്നു.

വയ്യ. എനിക്കിനി ഒന്നിനും വയ്യ. ഇരുട്ടു പരന്നു തുടങ്ങിയിരിക്കുന്നു. പുറത്തിറങ്ങുമ്പോൾ മുതലാളി അവനെവിളിച്ചു.

"എന്താടാ പൊതീല്."

'ചോറ്. അമ്മക്കും മുത്തശ്ശനും."

"ഇന്നാ. ഇതുവെച്ചോ."

അമ്പതിന്റെ ഒറ്റനോട്ട്.

സന്തോഷംകൊണ്ട് കണ്ണുനിറഞ്ഞു. നേരത്തിന് ഭക്ഷണവും അമ്പതുറുപ്യയും. ചോറുപൊതി തൂക്കിപ്പിടിച്ച് അവൻ ഹോട്ടലിനു പുറത്തിറങ്ങി. പുറത്ത് ഇരുട്ടു കനത്തു. വാഹനങ്ങളുടെ കണ്ണുവെട്ടിച്ച് അവൻ വീട്ടിലേക്ക് നടന്നു.

പത്ത്

ഭക്ഷണപ്പൊതി മാറോടു ചേർത്തു പിടിച്ച് മണിയൻ ആകാശത്തേക്ക് നോക്കി. മൂടിക്കെട്ടിയ മേഘപാളികൾക്കുള്ളിൽ നിന്ന് അമ്പിളി പാതി കണ്ണുതുറന്നു. അവിടവിടെ നക്ഷത്രങ്ങൾ തെളിഞ്ഞു. നിരത്ത് മുഴുവൻ നിലാവെളിച്ചം പരന്നു. നിലാവിലൂടെ നടക്കാൻ അവന് ഇഷ്ടമായി. ഇനിയും കുറച്ചുദൂരം കൂടി പിന്നിടണം മാവുമുത്തശ്ശന്റെ ചുവട്ടിലെത്താൻ.

നടന്നുക്ഷീണിച്ച് അവൻ ദൂരേക്ക് നോക്കി. എവിടെ മാവ് മുത്തശ്ശൻ. മാവുമുത്തശ്ശൻ നിന്നിടത്തുനിന്ന് ചുറ്റിലേക്കും ഒരു പൊൻവെളിച്ചം പരക്കുന്നു. അമ്പരപ്പോടെ അവൻ നിന്നു. മണിയൻ ഒന്നും മനസ്സിലായില്ല. അല്പംകൂടി നടന്നപ്പോൾ കടലിരമ്പുന്ന ശബ്ദം അവന്റെ കാതുകളിലെത്തി. അവൻ ഭീതിയോടെ നോക്കിനിന്നു. നാലാൾപൊക്കത്തിൽ യന്ത്രത്തിന്റെ കൊക്ക് ഇടത്തോട്ടും വലത്തോട്ടും തിരിഞ്ഞ് ആർത്തിരമ്പി മാവുമുത്തശ്ശന്റെ രു ഭാഗം മുഴുവൻ വണ്ടിയിലേക്ക് കോരിയിട്ടു. യന്ത്രം അവനെ കണ്ടപാടെ വായ്പിളർത്തി ഉയർന്നപ്പോൾ അവൻ ഭക്ഷണപ്പൊതി മുറുകെ പിടിച്ചു.

എവിടെയാണ് എന്റെ കുഞ്ഞുവീട്. എവിടെയാണെന്റെ മുത്തശ്ശൻ! എവിടെയാണെന്റെ അമ്മ!

അവൻ ഉറക്കെ കരഞ്ഞു. അവൻ മുത്തശ്ശനെ വിളിച്ചു. അമ്മയെ വിളിച്ചു. യന്ത്രത്തിന്റെ ഇരമ്പുന്ന ശബ്ദം

അതെല്ലാം വിഴുങ്ങി. ആരും അവന്റെ ശബ്ദം കേട്ടില്ല. ആരും അവനെ ശ്രദ്ധിച്ചതുപോലുമില്ല. യന്ത്രത്തിനു മുകളിൽ കയറിയിരിക്കുന്ന ഒരാൾ മാത്രമേ മനുഷ്യനായിട്ട് അവിടെയുള്ളൂ. യന്ത്രം ആർത്തിരമ്പി പിന്നെയും വായ്പൊളിച്ച് വന്നപ്പോൾ അവൻ പിന്നിലേക്ക് മാറിനിന്നു.

ഇവിടെ എവിടെയോ ഒരു കുടിൽ ഉണ്ടായിരുന്നു. പുതുമണ്ണിന്റെ മണം പരന്നു. മാവുമുത്തശ്ശന്റെ വേരുകൾ മാത്രം ബാക്കിയുണ്ട്. യന്ത്രം വായ്പൊളിച്ച് താഴ്ന്നു താഴ്ന്നു വന്ന് മാവുമുത്തശ്ശന്റെ വേരുകൾ കൂടി പിഴുതെടുക്കാൻ തുടങ്ങി.

തൊട്ടപ്പുറത്ത് അവിടവിടെ കൂട്ടിയിട്ട പച്ചിലക്കൂട്ടിൽനിന്ന് കിളികളുടെ ആർത്തനാദം ഉയരുന്നു.

പറക്കാനാവാത്ത കുഞ്ഞിക്കിളികളുടെ കരച്ചിൽ. അവരൊക്കെ ഇനി എന്തു ചെയ്യും. മണിയന് ആകെ വിഷമം. പഴുത്ത മാമ്പഴത്തിന്റെ സുഗന്ധം വിഴുങ്ങി പുതുമണ്ണിന്റെ മണം.

മാന്തിപ്പറിച്ച് യന്ത്രം മാവുമുത്തശ്ശന്റെ വേരുകൾ പിഴുതെടുത്ത് വണ്ടിയിലേക്ക് എടുത്തിട്ടു. എല്ലാം വെടിപ്പാക്കിയ ആനന്ദത്തോടെ അയാൾ യന്ത്രത്തിന്റെ മുകളിൽ നിന്ന് താഴേക്ക് തൂങ്ങിയിറങ്ങി.

"എന്താടാ ഇരുട്ടത്ത് പതുങ്ങിയിരിക്കണ്?"

"ഒന്നൂല്ല."

"എന്താ അന്റെ പേക്?"

"മണിയൻ."

"എന്താ ഈ നേരത്ത് ഇവിടെ?"

"എന്റെ മുത്തശ്ശനെ കണ്ടോ?"

"ഓ നാടോടികളാണല്ലേ; അവരെയൊക്കെ വണ്ടിവന്ന് കയറ്റിക്കൊണ്ടുപോയി."

"എന്താ ഈ പൊതി?"

"ചോറ്. മുത്തശ്ശനു കൊണ്ടുവന്നതാ."

“ഇവിടെയായിരുന്നു ഞങ്ങള് താമസിച്ചിരുന്നത്. ഞങ്ങളുടെ വീട്...”

“അതൊക്കെ മണ്ണിനടിയിലായി. നിന്റെ അമ്മയും മുത്തശ്ശനും വലിയ വീട്ടിലെത്തിയിട്ടുണ്ടാവും.’

“വലിയ വീടോ?”

“മ്ഉം... സർക്കാറിന്റെ മന്ദിരങ്ങൾ.”

“എന്നെയും കൊണ്ടുപോവണം.”

“അതിന് ആരു വരും.”

“എന്റെ കുഞ്ഞിപ്പെട്ടിയുണ്ടായിരുന്നു.”

“അതൊക്കെ മണ്ണിനു ചുവട്ടിലായി.”

“അയ്യോ, അതിലാണ് എന്റെ കളിക്കോപ്പുകൾ. മുത്തശ്ശൻ തന്ന വിഷുക്കേറ്റം. അമ്മയുടെ കല്ലുമാല. എനിക്ക് മുത്തശ്ശൻ തന്ന വെള്ളിനിറമുള്ള പേന. അതൊക്കെ...”

“ചിണുങ്ങാതെ, നിനക്കെന്താ വേണ്ടത്?”

“എന്റെ കുഞ്ഞുപെട്ടി, മുത്തശ്ശൻ, അമ്മ...”

അയാൾ യന്ത്രത്തിന്റെ മുൻപിലേക്ക് മാറിനിന്ന് ആരോടൊക്കെയോ ഫോണിൽ സംസാരിച്ചു തുടങ്ങി. മണിയൻ കണ്ണുതുടച്ച് ഇരുണ്ട വെളിച്ചത്തിലൂടെ കുഞ്ഞിപ്പെട്ടി തിരഞ്ഞു നടന്നു.

മാവുമുത്തശ്ശൻ നിന്നിടത്ത് ഒരു വലിയ മൺകൂന ഉയർന്നിരിക്കുന്നു. വീട്ടുകാരെപ്പോലെ മാവുമുത്തശ്ശനേയും അവനു വലിയ ഇഷ്ടമായിരുന്നു. മണ്ണിൽ പടർന്നിറങ്ങി മുകളിലേക്ക് ഉയർന്ന വേരുകൾക്ക് ചാരനിറമായിരുന്നു. ആർക്കും പിടിച്ചാൽ അടങ്ങാത്ത മാവുമുത്തശ്ശന്റെ കൂടെ വലിയ പുളിയെറുമ്പിൻകൂട്ടം. കറുത്ത നിറമുള്ള പൊത്തുകൾ. പൊത്തുകളിൽ താമസിക്കുന്ന അണ്ണാന്മാർ. ചുവന്ന ചുണ്ടിൽ എപ്പോഴും സംഗീതം പൊഴിക്കുന്ന തത്തമ്മ കുഞ്ഞുങ്ങൾ. പൂക്കാലത്ത് കടുംനിറമുള്ള ഇളം തളിരുകൾ. പച്ചിലക്കൂട്ടത്തിൽ ഇടക്ക് പാറിപാറി, നൃത്തംവെച്ച് കൊഴിഞ്ഞുവീഴുന്ന പഴുത്ത

ഇലകൾ.

ആകാശത്തേക്കുയർന്ന കൊമ്പുകളിൽ ശീലക്കുട തൂക്കിയതുപോലെ തൂങ്ങിക്കിടന്ന വാവലുകൾ. കിളി കൊത്തിയിട്ടു തരുന്ന മൂത്തുപഴുത്ത മാമ്പഴങ്ങൾ. മാമ്പഴത്തിന്റെ മണം പരത്തുന്ന രാവുകൾ. എല്ലാവരേയും സന്തോഷിപ്പിച്ച് മോഹിപ്പിക്കുന്ന സൗന്ദര്യം കാണിച്ചുതന്ന നിലാവെളിച്ചം. അങ്ങനെയങ്ങനെ മണിയന് എത്ര ഓർത്തെടുത്താലും തീരാത്ത കഥകളുടെ പത്തായമായിരുന്നു മാവുമുത്തശ്ശൻ.

മണിയന് വിശക്കുമ്പോൾ മാമ്പഴം കൊത്തിയറുത്ത് താഴേക്കിട്ടു തന്നിരുന്ന കിളികളൊക്കെ ഇനിയൊരു മരംതേടി അലയുന്നുണ്ടാവും. പൊടുന്നനെ അവനെ കോരിയെടുക്കാനുള്ള വെമ്പലോടെ ഒരു കാറ്റുവന്നു. കാറ്റിന് പുതുമണ്ണിന്റെ മണമായിരുന്നു. കാറ്റിന്റെ കൈകളിൽ തട്ടി മാവുമുത്തശ്ശന്റെ ഓർമ്മകളിൽനിന്ന് മണിയൻ ഉണർന്നു. നിലത്തുവീണ ചോറിന്റെ പൊതിയെടുത്ത് യന്ത്രത്തിന്റെ മുൻവശത്തേക്ക് നോക്കുമ്പോൾ പെരുമഴ പോലെ വെളിച്ചം പെയ്തിറങ്ങി. വെളുത്ത നിറമുള്ള വാഹനം യന്ത്രത്തിനരികിൽ വന്നുനിന്നു. അതിനുള്ളിൽനിന്ന് ആരോ ഇറങ്ങിവന്ന് അവനെ കയറ്റിയിരുത്തി.

“എന്നെ എങ്ങോട്ടാ കൊണ്ടുപോകുന്നേ?”

“കുട്ടികൾ മാത്രം താമസിക്കുന്ന വലിയ വീട്ടിലേക്ക്.”

“അവൻ അയാളുടെ മുഖത്തേക്ക് നോക്കി.

“അവിടെ മുത്തശ്ശനും അമ്മയും ഉണ്ടാവുമോ? എന്റെ കുറിഞ്ഞിപ്പൂച്ച ഉണ്ടാവുമോ? മാവുമുത്തശ്ശൻ ഉണ്ടാവുമോ?”

അയാൾ അവന്റെ ചോദ്യങ്ങൾ കേട്ടതായി ഭാവിക്കാതെ അവനെ മടിയിലേക്ക് ചായ്ച്ചുകിടത്തി. മണിയൻ പൊതിച്ചോറ് മുറുകെ പിടിച്ച് അയാളുടെ മടിയിൽ തലവെച്ചു. വണ്ടി പതുക്കെ ഇരുട്ടിലൂടെ മുന്നോട്ടുനീങ്ങി.

●

www.ingramcontent.com/pod-product-compliance
Lightning Source LLC
LaVergne TN
LVHW040830051026
849519LV00007BA/2803